शिळान अधिक आठ कथा

उद्धव शेळके यांची इतर पुस्तके

कादंबऱ्या
नांदतं घर
अगतिका
बाई विनना बुवा
येथे जिद्द संपते
गर्विता
वळणावरचं वय
हरवले ते
असे हे असे हे
अनौरस
लेडीज होस्टेल
साहेब
आडवाट
रग
कोवळीक
असा उधळतो डाव
नागीण
महापाप
डाळिंबाचे दाणे
सुनंदा उर्फ गेला तिच्या वंशा
ऋणांकिता
हव्यास
म्हणून
बाप
डार्करुम
गुड बाय बॉम्बे
जायबंदी
लाल दिवा

कथासंग्रह
वानगी
संसर्ग
गरीबा घरची लेक
घुसळण
कडुनिंबाची सावली
बाबला
बिंदिया
उमरखा कुलकर्णी
उमलली कळी

संकीर्ण
दिसतं तसं सुचतं
उद्धव उवाच

शिळान अधिक आठ कथा

उद्धव ज. शेळके

पॉप्युलर प्रकाशन, मुंबई

शिळान अधिक आठ कथा
(म-६३)
पॉप्युलर प्रकाशन
ISBN 978-81-7185-029-7

SHILAN ADHIK AATH KATHA
(Marathi : Short Stories)
Uddhav J. Shelke

पहिली आवृत्ती (शिळान) : १९५८/१८७९
दुसरी आवृत्ती (शिळान अधिक आठ कथा) : १९६१/१८८३
तिसरी आवृत्ती : १९८२/१९०४
तिसरे पुनर्मुद्रण : २०२२/१९४३
चौथी आवृत्ती : २०२३/१९४५

प्रकाशक
अस्मिता मोहिते
पॉप्युलर प्रकाशन प्रा. लि.
३०१, महालक्ष्मी चेंबर्स
२२, भुलाभाई देसाई रोड
मुंबई ४०० ०२६

अक्षरजुळणी
संतोष गायकवाड
पिंपळे गुरव
पुणे ४११ ०६१

प्रिय शाम टोकेकर यास

अनुक्रम

या संग्रहातील कथा पूर्वी खालील नियतकालिकांत प्रकाशित झालेल्या आहेत :

माय : 'सत्यकथा' **पावसाळा :** 'सत्यकथा' **लेकुरवाळी :** 'कल्पना' **घालमेल :** 'सत्यकथा' **त्याच गावच्या बाभळी :** 'प्रतिष्ठान' **वैरीण :** 'यशवंत' – (वैरी मनाचे खेळ) **मतदान :** 'उन्मेष' – (इलेक्शन) **काहूर :** 'सविता' – (साखरआंबा) **दु:ख :** 'यशवंत' – (भावना उसळल्या पण–) **अगतिकता :** 'यशवंत' **भाईरचं :** 'मातृभूमि' **पौरुष :** 'केसरी' – (भले जावई!) **दिवाळी :** 'कल्पना' **ताटातूट :** 'सत्यकथा' **भांडण :** 'प्रसाद' **कढ :** 'सत्यकथा'.

ले कु र वा ळी

चंदरभागा बबीसाठी डबलरोटीचा भाव विचारीत होती. हे बघून डबलरोटीचं टुमणं आळविणाऱ्या, पदर धरून अधेमधे लुंघळणाऱ्या अशोकच्या पाठीत त्याच्या मायनं हाताचा पंजा उमटविला होता. त्यानं पसरलेल्या भोकांडाची पर्वा न करता-एक काम हातावेगळं झाल्याच्या भावनेनं-माय आपल्या कामी लागली होती. अंगणभर फिरून त्याच्या कोनाकोपऱ्यांत सडा फेकत होती. आपल्या तुळशी-वृंदावनाच्या पायाशी बसून रुखमा 'शिरिराम' काढत होती. तिच्या बोटांची चोच रांगोळीची धार ओकत हाती. दाङ्याशी उकिडवा बसलेला नागो चिलमीच्या गुलानं दात घासत होता. काळे ओघळ त्याच्या मनगटाला वेढा घेतघेत कोपराकडे सरकत होते, ठिबकत होते.

मांड्यांपर्यंत धोतर खोचलेला, पोटऱ्यांपर्यंत पाय भिजलेला, खांद्यावर दोराची चुंभळ असलेला, एका हाती बादली व दुसऱ्याच्या उताण्या तळव्यावर हंडा पेलणारा भगवंता खालच्या मानेनं आपल्या दाङ्याकडे चालत होता. पारोसं अंगण तुडवून तो वळचणीत थांबला. गुडघ्याच्या कोंभ्यानं दाराच्या फळ्या आत लोटल्या. अडगळीच्या खोलीतून चालताना ओलांडावा लागतो, तसा वाकळीवर झोपलेल्या लेकरांचा पसारा ओलांडत तो घरात आला. अंगाखांद्याचा पाणपसारा अलग केला. बादलीच्या कडीनं वळलेला तळवा चोळत त्यानं उसासा घेतला. त्या उसाशाखेरीज खोली शांत होती. नाही म्हणायला कोपऱ्यातल्या खाटेवर मेलेल्या झुरळासारख्या चोळामोळा झालेल्या शरीराचे कळाहीन डोळे त्याच्या धडपडीकडे बघण्यास धडपडत होते. ही बाब लक्ष देण्याइतकी महत्त्वाची नसल्यानं भगवंता मघाशी उघड्या टाकलेल्या दाराकडे गेला. झडपा बंद केल्या. आतून कडी घातली. लेकरांच्या पसाऱ्यातून वाट काढीत तो पुन्हा न्हाणीत गेला. न्हाणीच्या कोपऱ्यात, शेणाचा पोटा पडावा तसं शेवंतीचं भिजलेलं लुगडं पडलं होतं. ते उचलून भगवंतानं बादलीत घातलं. सपकू लागला. खरबळू लागला. त्या खळखळाटात त्याची पुटपुट मिसळू लागली. त्रासिक आवाजातली.

न राहवून खाटेतून शब्द ठिपकू लागले, ''आता थ्या दान्खडावाचून काई अडलं होतं का मनाव्-''

भगवंताला ह्याचं काहीच सोयरसुतक नाही. तो ओणवाच आहे. शेवंतीच म्हणते, ''आगूदर आपलं च्या-पानी करून घ्या लागत होतं का नाई? दान्खडाचं का, थे झालं अस्तं उद्या-गिद्या पियून! नाई त म्या चंदरभागागिगाखून घेतलं अस्तं. आता गाडी जाचा वखत होत आला असन-भक्कन गाडी चाल्ली जाईन, त जा लागन च्या-पान्यावाचून —''

ओणव्याचं उभंदेखील न होता भगवंता पुटपुटला, ''आपल्या खाटल्यावर पडून राय उगीमुगी-नाहक वटवटू नोको!''

घटकाभऱ्यात लुगड्याचा पीळ दोरीवर पसरून झाला. बादलीतलं गढूळ तेलकट पाणी मोरीत झोकताना तो ओरडला, ''उठ बे पोट्ट्या! सुसरावानी पसरू नोको धा-धा वाजेठावरक! दूधगिध आनाचं असन ऽ त ये घेऊन! नसत त राऊ दे!''

असं तिसऱ्यांदा की चौथ्यांदा झाल्यावर ढुशाखालची लेकरं डोळे चोळीत जागी झाली. पर्भाकर उठला. नाकातोंडावर घृणेची गुंतवळ पसरवून मायच्या खाटेशी गेला. खाटेखाली खूप पसारा विसावत होता. त्यात सोकू पाहणारी रुईची, एरंडाची पानं होती. ॲल्युमिनियमच्या वाटीत कायफळाचं अन् एरंडीच्या तेलाचं मिश्रण होतं. एक-दोन औषधांच्या बाटल्या होत्या. अर्धी चिरून ठेवलेली व हळदीकुंकवाची लेणी ल्यालेली लिंब होती. ह्या सर्वांतून पर्भाकरनं राखाडीचा ओलसर थर असलेलं लोखंडी घमेलं फरकाटलं. नाक दुमडलं. घमेलं हाती घेतलं अन् तो पाय आपटीत चालू लागला.

पर्मिलानं आणलेलं दूध ताब्यात घेऊन भगवंता खाटेला विचारू लागला, ''हं, सांग-तुह्यासाठी काय करून देऊ त?''

शेवंतीचा क्षीण आवाज खोलीत हेलकावू लागला, ''माई फिकर नोका करू! आगूदर तुमचं च्या-पानी करून घ्या. मंग दोन-तीन भाकरी टाका. एखांदी तुमी खाजा! मग उरलाच वखत त करजा माह्यासाठी-''

भगवंता बोलला नाही. कोपऱ्यातून इंधन ओढलं. चुलीत कोबलं. अंगारडब्बी पाहू लागला.

शेवंतीचं लक्ष पाळण्याच्या झोळीनं ताणून धरलं. रात्रंदिवस पाळण्यात पडून असलेला अनंता खुसपुसत होता. पेरकंडासारखे हातपाय ताणून उसळी घेत होता.

हे बघून शेवंती साऱ्या लेकरांना उद्देशून कळवळली, ''माह्या अन्त्याचा पायना हालवारे, बाप्पा कोनी!''

अनंताचा पाळणा डुलत होता. भगवंतानं चुलीशी छू-छा सुरू केली होती. पर्मिला अंगणातला केर सावडत होती. पर्भाकर भांडी घासत होता. रमेश ढुंगणावर पाणी टाकण्याची कागाळी करीत होता. त्याच्या कागाळीला घरातल्या कुणाचपाशी महत्त्व नव्हतं. इतक्यात वाफेचे उसासे सोडीत-चाके खडखडवीत चालणारी गाडी शिळांचा आक्रोश करू लागली. पहिली शीळ कानी येताच भगवंताचे सारे अवयव सैल पडले. पालीला पाहून विंचवाचे पडतात तसे. तो खाटेकडे बघून, उद्वेगानं-पण स्वत:शी जळफळू लागला, ''सांगा! आता, मान्सानं कई भाकरी थापाव् आन् कई खाव्!''

शेवंतीनं दुबळी तोड काढली, ''राऊ द्या. करत असान् त नुस्ता च्याच घ्या करून!''

''आन् सलूनमंदी धा वास्ता जातो! माहा बापच त हाये थो सलूनवाला मून मले रोज रोज उशिरा कामावर घेत जाईनं! त्याच्यात आज इतवार-''

शेवंतीचा स्वर चिडला. ती हेल काढून म्हणाली, ''राऊ त द्या मंतो! तुमी जाआनं आपल्या कामावर!''

अंगात सदरा अडकविताना तो म्हणाला, ''जात नाई त थांबतो आता!''

त्यानं हाती छत्री घेतली, तेव्हा ती म्हणाली, ''जेवाले कई यान?''

''आता नाई येत बसत!''

''डब्बा धाडू का?''

''काई नाई धाडागिडाचा.'' तो म्हणाला, ''माई कायजी नोको करू! माहा का-मी खाईन मिसयगिसय!''

''जा मंग! काई तरी खाजा बरं... नाई त उपासी राहान.''

तरी तो थांबलाच होता. उभ्या उभ्या तिथं लिवलिवणाऱ्या लेकरांकडे आळीपाळीनं-पण किवेनं बघत होता. हे बघून शेवंती म्हणाली, ''आता काबा उसेर करता, तुमी?''

तो भानावर आला, ''काई नाई. कोन करते उसेर!''

शेवंतीला कसं कळलं कुणास माहीत. ती म्हणाली, ''पोट्ट्याईची फिकर नोका करू. तुमी जा-''

तसा जडावलेल्या पायांचा भगवंता बाहेर पडला. त्या वेळी तिथली लेकरं आळीपाळीनं मायकडे अन् बापाच्या पाठमोऱ्या, पावलोपावली सरकत

जाणाऱ्या आकृतीकडे बघत होती. न राहवून जाणता पर्भाकर मायला म्हणाला, ''मा, बा चाल्ला काओ?''

''जाईन नाई त का बसन इथं-तुमचाल्यासाठी?'' शेवंती बेफिकिरिनं पुटपुटली. थांबून लेकरांना म्हणाली, ''थांबू नोका माह्यं तोंड पाहात! जायरे पर्भ्या, चूल पेटली असन त पोट्ट्यासाठी दूध मांड तपवाले आन् नसन पेटली तथ्या घड्डीतलं पानी दे वतून.''

ह्यांतलं काय करावं अन् काय करू नये, हे कळण्याइतपत अक्कल असलेला पर्भाकर चुलीशी जाऊन बसला. कपातल्या अर्धा कप दुधात कपभर पाणी टाकून ते चुलीवर मांडलं. उल्याकडचा रिकामा चाललेला जाळ पाहून शेवंती म्हणाली, ''काऊन, उल्यावर च्या-म्या नाई मांडता येत का?''

उल्यावर गुळाचा चहा खळखळू लागला. घरा-अंगणात पसरलेली सारी लेकरं परोळ्याशी लिवलिवू लागली. चहा होताना हाती पडलेला बोराएवढा गुळाचा खडा बोटांच्या चोचीत धरून रमेस अजूनही चोखत होता. पाळण्यातल्या अनंताची 'खुसपुस' सुरू झाली. तोच मायच्या म्हणण्याची वाट न पाहता पर्मिला पाळणा डोलवू लागली. शेवंती म्हणाली, ''काहाड त्याले बाईर! तुमचा जीव होय-तुमाले भुका लागते-तशी त्यालेई लागते!''

अन्त्याला पाळण्यातून काढण्याचं काम पर्भाकरचं होतं. तो ते करू लागला. तोवर आडव्याच्या बस्त्या झालेल्या शेवंतीनं कण्हतकुंथत आपले चोळामोळा झालेले पाय जमिनीवर सोडले होते. हळू हळू, खाटेचं गात धरून ती खाली उतरत होती. ह्यांतल्या प्रत्येक हालचालीच्या वेळी ती ''अओ मायओ! मेलीरे बाप्पा!'' असं म्हणत होती. नंतर तिची काळवंडलेली जीभ हलकेच दातांच्या कवळीत दाबली जात होती. खाटेखाली आल्यावर प्रयासानं तिनं पाय पसरले. ते पसरताना तिला काय वाटलं, हे तिथल्या लेकरांच्या भयविव्हल डोळ्यांनाच माहीत. खालीवर होणाऱ्या छातीला हाताच्या ढोपरांनी दाबून धरीत शेवंती म्हणाली, ''आन्-आन् थ्या पोट्ट्याले माह्यापाशी!''

पर्भाकरनं तक्रार केली, ''थो हागला!''

''त आन्नं मुरदाडा! हागला तरी मलेच सावडा लागन आन् मुतला तरी मलेच करा लागन! कोनी दुसरी माई माय त नाई कराले-मून राईन तिच्या भरोशावर —''

अनंता मायच्या पायांवर आडवा झाला खरा- पण पायाच्या

आधाराखेरीज–त्याला मायचा स्पर्श नाही. त्याचं सारं बाकीची भावंडंच करू लागली. बाळुतं बदलवलं गेलं. तोंडावर आलेलं टोपरं काढलं गेलं. तेलकट–मेंटान झबलं ओरबाडलं गेलं. मग कोमट दुधाचा कप आला. त्यातल्या चमच्यानं अंत्याला दूध भरवलं जाऊ लागलं. या वेळी पर्मिलानं त्याचं डोकं धरून ठेवलं होतं. पर्भाकर कपातला चमचा अंत्याच्या तोंडात रिचवत होता. भरल्या डोळ्यानं शेवंती हे बघत होती. चमच्यावर चमचे जाताच ती ओरडायची, ‘‘त मस्न्या, अरामानं पाजनं. का जा लागते कुठी–’’

आणि जेव्हा जेव्हा पर्भाकरचा चमचा अनंताच्या तोंडाला लागायचा तेव्हा तेव्हा ती आपल्या तोंडाचं मापुल करून अनंताला शब्दानं कुरवाळायची, ‘‘घे–घे–माह्या बाप्पा!’’

अनंता मायचं ऐकत नसला, तरी त्याच्या प्रत्येक घोटाबरोबर शेवंतीच्या समाधानात भर पडायची. तिची सुकलेली मुद्रा तकाकायची. पण अनंता तिच्या समाधानात क्वचित्‌च भर पडू द्यायचा. चार–दोन घोट घेतो न घेतो–तर गुरळ्या सोडायचा. दुधाचे ओघळ ओठाच्या दुथडी वाहायचे. असं चार–दोनदा झालं म्हणजे शेवंतीचं मन रितं व्हायचं. खांद्याच्या टोकांशी गाल टिपले जायचे. ती लकडा चढलेल्या हाताची कव पुढं करायची. तिला गुडघ्याचा टेकू द्यायची. मग म्हणायची, ‘‘आन! दे त्याले माह्यापाशी!’’ त्याच्या धडपडीला बांध घालण्यात सर्व शक्तीचा उपयोग करायची. नंतर पर्मिलेकडून जंपरची बटने सोडवून घ्यायची. छातीवर हताशपणे लोमकळणाऱ्या मांसाच्या गोळ्याचे, मनुक्यासारखे टोक अनंताच्या तोंडात द्यायची. ते मिळालं की, अनंताचा हर्ष मावेनासा व्हायचा. तो तिला जळुसारखा चिकटायचा. असं पाच–सात वेळा चुडूपचुडूप झालं की, ते त्याच्या तोंडातून निसटायचं. हेच दुसऱ्या स्तनाशी व्हायचं. अनंताची धरसोड पाहून शेवंतीचे गाल पुन्हा पुन्हा खांद्याशी टिपल्या जायचे. त्याच्या डोळ्यांत, अगदी अथांग खोलवर पाहून ती म्हणायची, ‘‘तुहा माह्यावर इस्वास नवता पन, आ? आता पायलं ना तुनं? आये काई त्याच्यात? का मी बायना करतो, तुले?’’ थांबून, दुसरीकडेच कुठंतरी बघून पुटपुटायची, ‘‘तुहं नसीबच तसं लेका, त्याले मी काय करू आन् तू तरी काय करसीन!’’

पुढं शेवंतीकडून बोलवत नसे. खांद्यावर डोळे कोरडवण्याखेरीज ती काहीच करीत नसे. हे बघून कवेतल्या अनंताला काय वाटे, तोच जाणे! मायकडे पाहता पाहता एक दिलखुलास उसळी मारून तो हसू लागे. शेवंती त्याच्याशी बोले, ‘‘काऽय हासतं बेस्रमा! माया जिवाची काई फिकर आये

तुले? उद्या मेली मंजे दिसते ना देव! थांब जरा; मंग हासजो-कसा हासतं त! जातं कुठीसा?''

हेच पण थोड्याफार फरकानं आजही झालं.

पाहता पाहता शेवंतीच्या शून्य नजरेत चुलीतल्या धुराला थारा मिळाला. दचकल्यासारखी होऊन-पण सावरून-ती भोवतालच्या लेकरांवर खेकसली, ''रा-रा, इथं माह्या तोंडापुढं रा-बसून!''

पर्भाकर म्हणाला, ''मंग, काय करू त?''

त्याच्यावर डोळे रोखून ती म्हणाली, ''काईच नाई करा लागत?'' थांबून म्हणाली, ''नाई करा लागत त नोका करू! मले काय करा लागते! - मले का खाचं आये का प्याचं आये त सयपाकापान्याची फिकर करत बसू! तुमी आये आन् तुमचं काम आये! थो बुवा त काई येतच नाई आता संध्याकायठावरक-'' असं ती खूप बोलत होती. लेकरांच्या कानांना ह्याचा सराव झाला होता. सरावलेल्या स्थितीत ती मायच्या अवतीभवती खिळून होती. वाटेल तेवढं बोलून झाल्यावर ती भानावर आली. खेकसली, ''मंतो न कान पेटले का?''

बसल्याचा उभा होऊन पर्भाकर म्हणाला, ''सांगनं, काय करू त?''

''थ्या मडक्यात तांदूय पाय आधी किती आये त!''

पाहून परतल्यावर त्यानं कैफियत केली, ''तांदूय नाई.''

''आन् पीठ?''

''पीठ आये!''

हे ऐकून शेवंतीच्या डोक्यात घालमेल सुरू झाली. कारण एकदा असेच तिच्या घरात तांदूळ नव्हते. उशीर झाल्यानं भगवंताही हातचं काम टाकून सलूनच्या वाटेनं लागला होता. तो येईपर्यंत लेकरांना उपास घडू नये म्हणून ती म्हणाली होती, ''ठीव, चुलीवर भाकरीसाठी अंधन ठीव्.''

''मले भाकरी करता येईन?''

''मी सांगतो. आगूदर अंधन त ठीव!''

पर्भाकरनं आधण मांडलं. ते खळखळू लागल्यावर शेवंती खाटेवरून म्हणाली, ''थ्या परातीत पीठ घे-''

पर्भाकरनं तेही केलं. मायकडे पाहून विचारलं, ''आता?''

''थ्या पिठाचं आयं कर! - मी करत होती तसं!'' पर्भाकरनं आळं केलं. ते झाल्यावर ती म्हणाली, ''आता वत त्याच्यात अंधन आन् थे सराट्यानं कालव!''

करून दाखविताना पर्भाकर विजयानं म्हणाला, "हे, असं?"

"हो!" शेवंतीच्या स्वराविर्भावात कारुण्यात भिजलेलं कौतुक होतं. ती म्हणत होती, "-हो मा! असंच करा लागते! तुमाले करता नाई आलं त कोन करून घालत जाईन माह्या बापंव्हा! आपला हात आन् जगन्नाथ मनाव्!"

पर्भाकर खोरतच होता. पीठ खालीवर करीत होता. शेवंती म्हणाली, "बस, जास्त नोको खोरू, नाई त पीठ थंड होईन-मंग भाकरी वयनार नाई!"

"मंग आता काय करू त?"

"थ्या पिठाले एका आंगं लाव्!"

पर्भाकर ते सराट्यानं लावू लागला. तशी ती म्हणाली, "तसं नाई. हातानं!"

"हात जयन्ना!"

"नाई जयत." ती सुचवू लागली, "लागन त पयल्यानं तुहा हात पान्यात भिजवून घे."

पर्भाकरनं तसं केलं. मनगटाइतका हात बाजूच्या थंड पाण्यात बुचकळला. मग माय लावीत होती तसा पिठाचा लगदा परातीच्या कोपऱ्यात तो लावायला गेला. तोच त्याचा हात भाजला. भाजलेल्या मनगटावर फू-फू करीत तो थयथया नाचू लागला. दुःखानं अन् मायच्या भयानं त्याचे डोळे चमकू लागले. खाटेवरून शेवंती समजावीत होती, "आता नाई भाजत! आता थंड झालं असन्!"

पण पर्भाकरची समजूत निघेना. तो उभ्याचा बसेचना. शेवंतीनं डोक्यावर हात मारून घेतले. पहिल्यानं त्याला बापू-बेटा केलं. मग शिव्याशाप दिले. शेवटी खेकसली, "नीघ कमिना-माह्या नजरीपुढून! - पायतो आज काय खातं!- बाऽ बाबा!"

असा बराच वेळ गेला. शेवंतीच्या काळजीचा विस्कळीत विषय परातीत पडला होता. तो पाहून ती त्राग्यानं म्हणाली, "पोट्टे, जाय आन् थ्या माह्या मायमावलीले आन बलावून!"

मग चंदरभागा आली. शेजारकीच्या नात्यानं ती अधूनमधून शेवंतीच्या मदतीस धावत असे. तशी त्या दिवशीही आली. पिठाचा उंडा मळताना आपुलकीनं पुटपुटली, "असं होतं-त आच्च्या दिवस मले मांगा लागत होत्या दोनक भाकरी टाकून! म्या तुले कई नाई मनलं होतं का?"

"तुनं उदंड नाई नाई मनलं बिचारे-पन माहा मले त कयाले पायजे का नाई! का ऊस गोड असला मून थो मुयासकट खाव् लेक्?"

त्या दिवसापासून शेवंतीनं पर्भाकरला भाकरीच्या फसकटीत पाडलं नाही. आता घरात तांदूळ नसल्याचं ऐकून तिनं किंचित्सा विचार केला. निर्णय घेतला, "जा, चंदरभागामावशीच्या इथं. सेरकखांड तांदूय असन त मांगून आन. उद्या आनून देतो मना!"

पर्भाकर शेराचं माप घेऊन बाहेर पडला. शेवंतीनं कवेतल्या अनंताला पर्मिलाकडून पाळण्यात घालवलं. पाळणा हलवून पर्मिला परतली तेव्हा तिला विचारलं, "पर्मिला, माह्या गालावरची सूज पाय बरं ओ, बाई!"

पर्मिलानं ओणवून-गुडघ्यावर हात ठेवून मायचे गाल निरखले. मायनं विचारलं, "कालच्यापरस कमी आये का-जास्त?"

"कमी."

"खरंच?"

"हो. काल डोयाठावरक होती. आता नाई!"

ह्यावर शेवंती उत्तरली नाही. अविश्वासाचा उसासा घेतला.

खिचडी तयार झाली. सोबतीला तळलेल्या मिरच्याही. सारं एका ताटात वाढून घेतलं. निवू दिलं. मग तीन हात आपापले वाटे उचलू लागले. तीन लेकरं घाईघाईनं जेवू लागली. हे सारं शेवंती खाटेवरनं बघत होती. का कुणाला माहीत-बघताना तिचे डोळे चमकत होते. लेकरांची जेवणी झाल्यावर ती म्हणाली, "पर्भाकर, तू प्याचं पानी भरून ठेव!"

"हौ!"

"पर्मिला, तू जोंधये निस. पर्भाकरचं पानी झाल्यावर थोई तुले निसू लागन. आन् थे झाल्यावर दोघं बहीनभौंडं मियून आपल्या बाबूचे बायाते धून टाका!"

मुलांच्या उत्तराला उशीर लागल्यावर शेवंतीनं त्यांच्याकडे अविश्वासानं पाहून विचारलं, "काय म्हंतो?"

"हो..." पर्भाकर म्हणाला, "त्याच्याईसाठी पानी आना लागन नाई?"

ओळखून ती खेकसली, "कायले? भुतात धुवानं!"

हात मनगटं चोळीत लेकरं कामाला लागली. आता चांगली दुपार झाली होती. केशरी रंगाची उन्हं पांढुरली होती. असं झालं म्हणजे शेवंतीचे वाकडे हात सरळ होत. मग ती हलू लागे. घरात कुणी नसलं तरीही ती घुसत घुसत घरभर फिरे. आरसा, फणी, कुंकवाचं-मेणाचं वगैरे पसारा घरातून सरकवत सरकवत दाङ्याशी आणी. उंबऱ्याशी आरसा ठेवी. निजता. मग त्यात बघे. तशी ती आताही बघू लागली. आपल्या प्रतिबिंबाकडे. केस

सोडले. आखूड. पर्मिलेच्या केसाहूनही. मग त्यातून हलकेच फणी ओढली. तेल चोपडलं. थरथरणाऱ्या हातानं कपाळावर कुंकवाचं बोट टेकलं. हे सारं करताना ती सतत दम टाकीत होती. शेवटी दाङ्ग्यातला आरसा हातात घेतला. अगदी तोंडाच्या विताभऱ्या अंतरावर धरला. त्यातली काळसर जीभ वाकडीतिकडी करून न्याहाळली. एकाएकी काहीतरी लक्षात आलं. उसासा घेतला. उजव्या हाताचं एक बोट गालाला टोचू लागली. गाल दबू लागला. क्षणाभऱ्यात बोटानं पाडलेला खड्डा आपोआप भरून आला. भिजलेल्या कणकेच्या गोळ्याचा येतो तसा. असं चार-दोनदा झालं. शेवटी शेवंतीच्या हातचा आरसा जमिनीवर पालथा झाला. भरून आलेल्या डोळ्यांना लुगड्याचा पदर लागला. अंग थरथरू लागलं. ह्या सर्वांच्या परिणामानं अनावर झालेला तिचा हुंदका फुटलाच. एकामागून दुसरा.

हे पर्मिला बघत होती. काम थांबवून, केविलवाण्या, करुण दृष्टीनं. न राहवून बोलली, ''काओ-काऊन लडतंओ, मा?''

शेवंतीचा धीर तुटला. हुंदक्यांच्या थेंबानं ठिबकणारी भावना एकाएकी सूर काढून रडण्याच्या धारेनं वाहू लागली. पर्मिला हक्‌पक् झाली. मायच्या तोंडापुढं उभी राहून आळवू लागली, ''सांगनंओ मा, तू काबा लडतं?''

तसं शेवंतीनं तिला आपल्या पोटाशी घेतलं. बसवलं. तिच्या अंगापाठीवरून हात कुरवाळू लागली. सूर अधिकाधिक लांबू लागला. त्यांत शब्दही होते, ''देवा माह्या मांगं-माह्या चिल्यापिल्याईचं कसं करसीनरे बाप्पा!''

❑❑

अ ग ति क ता

उन्हाचा लाव्हा सर्वत्र वखवखत होता. सृष्टी तापून निघाली होती. गवताची खुरटं तर कधीचीच करपली होती. जिकडे तिकडे फुफाटा झाला होता. तो अंग धरून बसला होता. कधी कुणाचा पाय येतो आणि आपण त्यास भस्म करतो असंच जणू त्या फुफाट्याला वाटत होतं! आणि त्याची अपेक्षाही पूर्ण होत होती. फुफाट्यात रंगीचे पाय फसत होते. तापत होते. कधी ती चवड्यावर चालण्याचा प्रयत्न करीत होती, तर कधी नुसत्या टाचेवर चालत होती. कसाबसा स्वत:चा आणि काखेतील मातीच्या घागरीचा तोल सावरीत होती. कुठं एखादं झाड दिसलं की त्याखाली क्षणभर निवारा घेत होती-नाही तर नुसत्या सुकलेल्या गवतावर आपली पावलं थंड करीत-चालत होती. तोंडावाटे सारखं 'हाऽऽऽश! हुऽऽऽश!' चालू होतं. लांबून दिसणारा म्हारवाडा जवळ येत असल्याचं पाहून रंगीला हायसं वाटत होतं. तिचं मन समाधानानं भरून येत होतं. ती नव्या दमानं चालण्याचा प्रयत्न करीत होती. थकली की पुन्हा थांबत होती, पायांचे तळवे किंचित गार झाले की पुन्हा चालत होती.

गावठाणावर एका घनदाट वटवृक्षाखाली काही गावढळ पोरं पत्ते कुटीत बसली होती. त्यांच्या हातांत विड्यांची थोटकं होती. मुखांतून धूर आणि एकमेकांना उद्देशून उच्चारलेल्या टारगट शिव्या सारख्या निघत होत्या. कुणाच्या खिशातून तांब्याची नाणी, कुणाच्या खिशातून आणेल्या तर एखाद्याच्या खिशातून एखादी घडी पडून जीर्ण झालेली नोट निघत होती. ही सर्व संपत्ती पत्त्यांच्या डावात मांडली जात होती! त्यांचं लक्ष दुसऱ्या कुणाचकडे नव्हतं. ती सर्वजण आपल्या खेळात मश्गुल होती.

रंगी चालत होती. ती ह्या वटवृक्षाखाली उभी राहून पायाचे तळवे थंड करण्याच्या विचारात होती. पाय गार झाल्यावर पुढं जाण्याच्या बेतात होती. पण ती आता इथं थांबत नाही. त्या वृक्षखाली तिला थांबणं अशक्य आहे. तिचा शत्रू त्या जुगारी कारट्यांच्या अड्ड्यात तिला दिसला. ती स्वत:शीच चमकली. तिचं अंग शहारलं. आधीच घामाघूम झालेल्या चोळीतून आता थेंब

टपकू लागले. ती भराभर चालण्याचा प्रयत्न करू लागली. केव्हा एकदाचं इथनं जातो, असं तिला वाटलं. तिनं डाव्या हातानं लुगड्याचा पदर नीट केला अन् त्या उन्हाच्या लाव्हारसापेक्षाही संतप्त अशा तीक्ष्ण कटाक्षानं रंगी येशाला पाहू लागली. तो दिसताच नेहमीची पायवाट सोडून ती काहीशा बाजूनंच चालू लागली. केव्हा एकदाचा ह्या टवाळांचा घोळका ओलांडून आपण पुढं जातो, असं तिला होऊन गेलं.

रंगीनं वाट सोडून आपल्यापासून बऱ्याच अंतरावरून चालावं हे काही येशाला आवडलं नाही. ज्या गोष्टीच्या मागं लागावं अन् तीच नेमकी आपल्यापासून दूर सरावी–याचा त्याला विषाद वाटला. त्या विषादातही त्याच्या अहंकाराला तेल मिळालं. आपल्याला रंगी भिऊन वागते, अशा त्याच्या समजुतीला तकाकी आली. त्याचा अहंकार जागृत झाला व काहीशा अर्थपूर्ण स्वरात त्यानं आपला घसा साफ केला! तो मोठ्यानं खाकरला. मग आपल्या कानावर ठेवलेलं विडीचं थोटुक अलगदपणे काढलं. शंकऱ्याजवळून पेटलेली विडी घेऊन तीवर स्वत:चं थोटुक पेटविलं.

आतापर्यंत रंगीनं त्या घोळक्याला ओलांडलं होतं. ती काहीशा अंतरावर निघून गेल्यावर तिच्या लक्षात आलं की, चालताना आपल्या पुष्ट नितंबांची जी सूक्ष्म हालचाल होते – तीवर ह्या टारगट कारट्यांचं लक्ष रोखलं गेलं असेल. म्हणून तिनं आपल्या डाव्या हातानं लुगड्याचा पदर सावरण्याचा प्रयत्न करताच येशा मोठ्यानं खाकरला. त्यावर सारी पोरं दात काढून खिदळली. एकेमकांच्या पाठी बडवू लागली. हसता हसता एकमेकांवर रेलू लागली.

हे सारं रंगी समजली. तिनं स्वत:शीच येशाला आणि त्याच्या गावढळ मित्रांना अश्लील शिव्यांची लाखोली वाहिली. नाही तरी येशा दिसताच तिच्या मुखात शिव्याशाप सुरू होत असेच! आता त्याला विशेष गती मिळाली. तो दिसला की ती अशीच वागायची. त्याच्यावर मनातून जळफळायची. त्यानं पंधरा दिवसांपूर्वी तिच्या मनावर करून ठेवलेली जखम वारंवार खरचटली जायची. तिच्या असह्य आगीत रंगीचं मन धुमसत राहायचं.

त्या दिवशी रंगी अशीच पाण्याला गेली होती. गावठाणावरील वटवृक्षाखाली चालणारा जुव्याचा अड्डा थंडावला होता. चार दोन आणेल्या खिशात घेऊन खेळायला येणारी गावढळ पोरं हारली होती. त्यांचे पैसे येशानं जिंकले होते. त्यामुळं एरवीपेक्षा तो चांगलाच आनंदात होता. भरदुपारच्या वेळी गावठाणातील वटवृक्षाखाली एकटाच पहुडला होता. तेवढ्यात रंगीनं

पाण्याची घागर घेऊन तिथून जायला सुरुवात केली. तिचे पुष्ट उरोज आणि भरदार नितंब पाहून येशाला स्वत:वर ताबा ठेवणं अशक्य झालं. आपल्या हातातील विडीचं थोटुक बाजूला भिरकावून तो लागट सुरात म्हणाला,

''अग ये रंगे, कुठं निघालीया?''

''तू कोनरं इचारनार?''

''मी व्होय? अवं आपलंच मानूस! अवं, ओलखतीस नवं का?'' येशा कुत्सितपणे खिदळला.

''लाज कसीरं न्हाई वाटत, बोकड्या? मायबईनी हैत की रं तुला! त्येस्नी कसा न्हाई इचारत?''

''त्येस्नी व्होय?'' येशा लागटच हसला. मग म्हणाला, ''त्या तुझ्यावानी नटलेल्या नाई! हायेत आपल्या, बंगरशा!''

''त्वांड उघडलं तर खेटर हानीन कंदीका, हां — ''

''खेटर?'' येशा आता विकटपणे हसला. रंगीच्या पायाकडे पाह्यलं अन् म्हणाला, ''अवं, तेबी न्हाई तुज्या पायात... म्हनसीन तर देतो आनून...!'' आणि येशानं रंगीच्या दिशेनं चालायलाच सुरुवात केली.

''सांगून ठिवतो, आंगाला हात लावला तर हानीन!'' रंगीनं स्वर चढवून म्हटलं.

''हान! हान! तुज्या हातचा मार खायाबी नसीब पाहिजे! हान की!''

असं म्हणत येशानं रंगीच्या नाजुक भागाला स्पर्श केला. तिच्या काखेतील घागर फुटली. ती चवताळून त्याला थापडा, बुक्क्या मारू लागली. अन् नंतर संतापानं पुटपुटली, ''म्हाराचं बी न्हाईरं तुज्यात! थांब, आता बाला सांगून खेटरं हानाया न्हाई लावनार, तर मला म्हाराची औल्याद नको म्हनू...''

''बाला?'' तो निर्लज्जपणे खिदळून म्हणाला, ''अवं, बाला काय आनत्ये? त्यो लागलाय मसनाच्या वाटेनं. दुसरा बग कुनी–माज्यावानी गबरू, जवान.''

रंगीनं आशाळभूतपणे सर्व गावठाणावर दृष्टिक्षेप टाकला. पण सर्वच निवांत होतं. तिच्या मदतीला धावून येण्यासारखं कुणीच नव्हतं. मग स्वत:कडून होईल तेवढ्या प्रतिकारानं ती येशाशी झुंजली व स्वत:ची सुटका करून घेतली. क्षणापूर्वी तिनं मदतीच्या अपेक्षेनं गावठाणाकडे पाहिलं होतं– पण आता आजूबाजूला कुणी नसल्याचं पाहूनच तिला समाधान वाटलं. आपल्याकडे कुणाचं लक्ष नव्हतं, हेच बरं झालं. नाहीतर सगळीकडे बोंबा

बोंब, चर्चा व तरुणांत आपण टवाळ्यांचा विषय झालो असतो-असं तिला वाटलं. ह्या अपमानातून सुटल्यामुळं तिला हायसं झालं.

रंगी घाईघाईनं घरी-खुराडात गेली. कितीतरी दिवसांपासून अंथरुणाशी झुंजत असलेल्या आपल्या बाला सारं काही सांगितलं. ते ऐकून रंगीच्या बानं जागच्याजागी दात-ओठ चावले. पण त्याचा काहीच उपयोग होण्यासारखा नव्हता. तो झाला नाहीच. ह्या गोष्टीची दुसऱ्या कुणाजवळ वाच्यता करणं तिच्या स्त्रीसुलभ मनाला रुचलं नाही. विस्तवावर राख लोटावी तसं तिनं आपल्या जखमेवर संयमाचं दडपण-पांघरून घातलं. तेव्हापासून ती किळसवाणी स्मृती आपल्या मन:पटलावरून पुसून टाकण्याचा ती वारंवार प्रयत्न करू लागली. आताही ती तसाच प्रयत्न करून त्या वखवखलेल्या जखमेला बुजवण्याची पराकाष्ठा करू लागली.

...थोड्याच अंतरावर म्हारवाडा असल्यानं रंगीला समाधानाचं भरतं आलं. केव्हा एकदाचं आपल्या खुराडात पोचतो आणि आपल्या बाला डोळे भरून पाहातो, असं तिला वाटलं. ती झपाझप पावलं उचलू लागली. म्हारवाडा-ती खुराडं जवळ येऊ लागली.

रंगीनं काखेतील घागर खाली ठेवली. शरीरावरचा घाम पुसण्यासाठी लुगड्याच्या सेवाचा पदर सैल केला व त्यानं शरीरातून निथळणारा घाम टिपायला सुरुवात केली. तोच तिला आपल्या बाची आठवण झाली. तिचा बा गेल्या कित्येक दिवसांपासून खूप आजारी होता. आताशा तर त्याच्या प्रकृतीचा कोणताच भरवसा सांगता येत नव्हता. गेल्या चारसहा दिवसांपासून त्याला खाली टाकलं होतं. बहुधा तो आताशा जाणार असं सर्वांना वाटत होतं. म्हणूनच काल रात्री जमलेल्या काही मंडळीनं रंगीला सांगितलं होतं, ''अधूनमधून तुज्या बाला हाक मारून बघीत जा. कड फेरायला लावीत जा.''

हे आठवताच रंगी घाईघाईनं आपल्या बाच्या अंथरुणाकडे गेली. त्याला उताणा पडलेला पाहून तिच्या निर्विकार मनावर नाना शंकांचं जाळं विणलं गेलं. नाही-नाही त्या कल्पनांची क्षुद्र गांडुळं वळवळू लागली. तरी कसंबसं स्वत:ला सावरीत ती बाच्या अंथरुणाशी गेली अन् किंचित घाईनं म्हणाली, ''बाऽ! येऽऽबा! बागोऽ! ये बाऽऽ!'' रंगीचा स्वर तीव्र होत गेला तसा घसाही घोगरा. शेवटचा शब्द तर अश्रूंनं ओलावला होता.

रंगीच्या चारसहा हाकांनंतर खूप खोलांतून अस्पष्टसा आवाज आला. ते तिच्या बाचं तिला आलेलं उत्तर होतं. तो मोठ्या प्रयासानं बोलत असल्याचं

तिला जाणवलं. रंगी एकाएकी घाबरी झाली. काय करावं, तिला काहीच सुचेना. त्यातल्यात्यात जे करता येण्यासारखं होतं ते तिनं केलं. आपल्या बाला कूस बदलायला सांगितलं. काहीसं स्वत:च्या हातानंच रंगीनं त्याला या कुसेवरून त्या कुसेवर केलं. मग त्याला बोलकं करण्यासाठी पुन्हा मोठ्याच धैर्यानं म्हणाली, ''बाऽ! येऽऽबा!''

मोठ्या कसोशीनं हुंकार आला. तोही खूप खोलातून. रंगीचं अवसान गळालं. ती घाबरली. कावरीबावरी होऊन आपल्या खुराडात पाह्यलं. इथं आणखी कुणी माणूस असता तर बरं झालं असतं, असं तिला वाटलं. मग कोणत्याशा भयानं तिचा धीर ढासळला. आपल्याला कुणीतरी सोबती हवा असं तिला वाटलं. एखादं माणूस घरात असलं तर बरं, निदान दुसरी बाई किंवा पोर तरी सोबतीला असायला पाहिजे होतं-असं रंगीला वाटलं.

दोनेक घटका विचारांत घालवल्यानंतर रंगी पुन्हा बाच्या अंथरुणाकडे गेली आणि म्हणाली, ''बाऽ! एऽऽ बा!''

काही उत्तर नाही. कृत्रिम अवसानाचे सर्व बांध कोसळले. आता स्वत:वर ताबा ठेवणं ही गोष्टदेखील रंगीच्या स्वाधीन राहिली नाही. मरणाच्या घरात एकटं राहणं तिला अशक्य झालं. कुणाला तरी बोलवावं अशा विचारात ती खुराडाबाहेर पडली. प्रथम दिसेल त्या झोपडीत शिरली व भेदरलेल्या कंठानं म्हणाली, ''संभ्यादा! संभ्यादा!! अगो, संभ्यादा!!!''

''कोन हे?'' त्या झोपडीच्या दाराशी एक पाचेक वर्षाचं नागवं मूल एका कुत्र्याच्या पिलाशी खेळत असताना-आपल्या मानेला किंचितदेखील वर न करता म्हणालं.

''कोन, किशा? अरे तुजा बा कुटं हे?''

''बा? मना न्हाई ठावा!''

''मायरं?''

''त्येबी न्हाई!''

रंगीनं हताशपणे तिथनं काढता पाय घेतला. मग पुढच्या झोपडीशी जाऊन कळवळ्यानं म्हणाली, ''अंजे, तुचा बा कुटं हे?''

''रानात गेला.''

''माय?''

''त्ये काटक्या आनाया गेली...''

''शंकऱ्या?''

''ढोरामांगं गेला.''

‘‘कुनीच कसं न्हाई रं?’’ रंगी काहीशा वैराग्गाच्या स्वरात स्वगत पुटपुटली, ‘‘देवा, आता कसं करूरं?’’ मग तिनं डोळ्यांना पदर लावला. डोळे पुसले आणि पुढच्या झोपडीत गेली. म्हणाली, ‘‘नाम्या, तुजा बा कुटंरं?’’

‘‘माजा बा, बैलं घेऊन गेला... खळ्यात!’’

‘‘खळ्यात? म्हंजे जवळच की रं! तू जा, त्येला मनावं-’’

‘‘मी न्हाई जात. माजा केरू एकटा हे...’’

‘‘मी पाहीन त्येला... उठला तर झोका देईन...’’

‘‘न्हाईऽऽ...’’

‘‘जारं! तुला आनी देत्ये...’’

‘‘आनी?’’

‘‘हो - हो... जा बिगिबिगी...’’

‘‘न्हाईगो! माय मनली, घर सोडू नगं.’’

‘‘जारं! तुज्या पाया पडत्ये... दोन आनी...’’

‘‘न्हा ऽ ऽ ई!’’

रंगी हतबुद्ध झाली. तिला हुंदका आवरला नाही. ती काहीशा कळवळ्यानं पुन्हा त्या मुलाला विनवू लागली. पण सारं व्यर्थ. तो जागचा हलायला तयारच होईना. तिला एकाएकी बाची आठवण झाली. आपण त्याला एकटं सोडून आल्याचं तिला जाणवलं. त्याचं काही बरंवाईट तर नाही ना झालं? तो गेला तर नाही आपल्याला सोडून? कदाचित त्याचा नुसता मुडदाच राह्यला असेल, असं तिला वाटलं आणि ती आपल्या खुराडाकडे जाऊ लागली. तिच्या खुराडाच्या रस्त्यावर थोड्या अंतरावर येशाचं खुराडं होतं. तिच्या वाटेत लागणाऱ्या त्या खुराडात येशा बसला असल्याचं तिला दिसलं. त्यानंही तिच्याकडे दृष्टी टाकली. काहीशा अर्थानं कोणतासा टोमणा मारला. पण रंगीचं लक्ष त्याच्या बोलण्याकडे नव्हतं. मघाशी पाणी घेऊन येताना तिनं ज्या जळजळीत कटाक्षानं त्याला पाह्यलं, तो कटाक्षदेखील आता नव्हता. तिची मुद्रा साधी आणि तिच्याच व्यथेनं पछाडलेली होती. रस्त्यानं चालताना आपण येशाचं खुराडं ओलांडतोय् एवढंच काय ते तिला वाटलं. बाकी त्याच्याविषयी वाटणारी चीड आणि घृणा यांपैकी तिच्याकडून काहीच व्यक्त होऊ शकलं नाही.

रंगी घाईघाईनं आपल्या खुराडाकडे गेली. आत गेल्यावर आपल्या बाच्या अंथरुणाकडे गेली. पाहते तर सर्व काही खलास! म्हाताऱ्याचा जीव निघून

गेला होता. आता चित्रविचित्र दिसणारा हाडामासाचा शुष्क सांगाडा तेवढा जमिनीवर पहुडलेला होता. त्याची जीभ किंचित तोंडाबाहेर डोकावत होती. डोळे उघडे असल्यासारखे दिसत होते. हे सारं पाहून काय समजायचं ते रंगी समजली. मोठ्या कसोशीनं राखलेला तिचा धीर खचला. रोखून ठेवलेल्या बांधातील पाणी रस्ता सापडताच जसं स्वैरपणे धावू लागतं तसं तिच्या भावनांचं झालं. त्यांना कोणतीच मर्यादा उरली नाही. त्या मार्ग दिसेल तिकडे वाहू लागल्या. रंगीनं आपल्या हातांच्या पंजात तोंड दाबलं अन् ती तडक घराबाहेर पडली. जवळ जवळ धावतच ती चालू लागली. जाताना पऱ्या म्हाताऱ्याच्या खुराडात कुणी आहे की काय याची चाहूल घेतली. पण तीही व्यर्थ. तिथं कुणीच नव्हतं.

मग ती मध्ये कुठेच थांबली नाही. सरळ येशाच्या खुराडाजवळ आली आणि उफाळणाऱ्या-फुटलेल्या स्वरात, स्वत:ला सावरण्याच्या प्रयत्नात म्हणाली, ''येशा येशा! जरा घरी चलरं... माझा बा... दुसरं कुणी नाई घरात... चलरं, तुज्या पाया पडते... चलतो ना?''

❑❑

मा य

आजही घरात बाचाबाची झाली. ती रोजच होत असे. दिवस उगवला की गूळचहाच्या पैशावरून ती व्हायची. कधी जवारीसाठी तर आणखी केव्हा आणखी कशासाठी ती व्हायचीच. बा फारसं बोलायचा नाही. माय मात्र गप्प राहत नसे. बाच्या तोंडावर ती भडभडायची. रागाच्या भरात ती जीव देतोसं सांगायची. मग तू बरा की तुझी पोरं बरी, म्हणायची. मी घर चालवायचा ठेका उचलला नाही... माणसासारखा माणूस असून कवडीच्या कामाचा नाही. यापेक्षा हातांत बांगड्या भरून चूल फूक! अशा अर्थानं माय संतापाची आग ओकायची.

बाला या आगीचे चटके बसत नव्हते. ती सहन करण्याची त्यानं सवय जडवून घेतली होती. जशी त्याच्या दगडी पंजांना कुऱ्हाडीच्या दांड्याची झाली होती. तो काही बोलत नसे. मायला उत्तरं देणं त्याच्या गावी नव्हतं. बायकोला तोंड देण्यापेक्षा घराबाहेर पडणं त्याला बरं वाटे. आपली घन छिन्नी नि कुऱ्हाड खांद्यावर टाकून तो आपलं तोंड लपवायचा. गावात एक चक्कर मारायचा. विचारलं कुणी नि मिळालं काम तर लाकडं फोडायला घ्यायचा. रुपया दोन रुपयांत गाडाभर लाकडांच्या झिलप्या पाडून द्यायचा. घेतलेली लाकडं पूर्ण फोडायचाच असं नाही. एक दिवस फोडायचा नि रात्री मुलाबाळांच्या नावानं थोडेथोडके पैसे मागायचा. धन्याला कीव आली की बाचं काम संपलं. दुसऱ्या दिवशी यायचाच असं काही नाही. पुन्हा चहा-तंबाखाला महाग झाल्याखेरीज तो कुऱ्हाडीला हात लावायचा नाही. गावात चक्कर मारायचा नाही.

बा दिवस दिवसभर नागोच्या होटलात खिळून राहायचा. तासा अर्ध्या तासानं गुळाचा काढा नि सतत चिलीम असली म्हणजे त्याचं निभे! खाण्यापिण्याची बाब खिशात असणाऱ्या पैशांवर अवलंबून राही. पैसे असले तर चारसहा आण्यांची भजी तो बसल्या बसल्या मटकावून टाकी. कधी कधी नागोला बाची दया येई. शिळ्या भज्यांच्या चुऱ्याची एक पुडी तो बाच्या

हातात देई. ती घेऊन बा चहाच्या भट्टीच्या आडोशाला पण जमिनीवर बसून चोरट्यासारखा खाई. बा ती फुकट खात नसे. बसल्या बसल्या तो नागोला कांदे चिरून देई. कधी मधी शहरात जाऊन बेसनाची चुंगडी नाही तर गोड्या तेलाचा पिपा स्वत: खांद्यावर आणून देई. नाही तर कोळशाचं पोतं आणून कृतज्ञता व्यक्त करी.

बजरंगदासबाबाच्या कृपेनं बाला पैसा मिळे. तसं घडलं तर बाला–आमचा पुळका येई. त्यातल्यात्यात माझा अधिक. मोठ्या मुलाच्या नात्यानं बाजवळ माझ्याविषयी थोडं प्रेम असे. आकड्यांत मिळालेले पैसे घेऊन तो घरी येई. मी घरी नसलो तर मला धुंडाळत फिरे. शेवटी बामणमास्तराकडे येई. तिथं मी राहीच. मग बा मला बाहेरूनच हाक मारी. बाजारात घेऊन जाई. कधी एका सदऱ्याचं सहन घेऊन देई, नाही तर कधी पंजाब शिंप्याच्या दुकानातून तयार चड्डी. हे सारं पैशाच्या बेतानं. पैसा पुरेसा नसला तर नुसतं होटलात नेऊन पोटभर खाऊ घाली. कधीकधी बाला माझ्याबरोबर सरू नि शेवंतीचाही पुळका येई. सर्वांना होटलात घेऊन जाई. प्रत्येकाला एकेक पलेट बर्फी नाही तर पेढा खाऊ घाली. त्यात शेवंती खात नसे. ती घरी घेऊन जाण्याच्या उद्देशानं पुडी बांधी. घरी आल्यावर ती पुडी मायला देई. तिचं मन मायसाठी तुटे. बानं आग्रहच केला तर मोठ्या प्रयासानं ती खाऊ लागे, पण तिच्या डोळ्यांत अश्रू गर्दी करीत. मग बा तिला शिव्या देई. पुन्हा सोबत न आणण्याची धमकी देई.

मधूनच बाला आपल्या जबाबदारीचीही जाणीव होई. (ती बहुधा एखादा जोरदार आकडा मिळाल्यावर.) तेव्हा बा दुकानात जाई. धोतराच्या ओच्यात एखादी पायली गहू नाही तर तांदूळ घेऊन घरी येई. पुढं सण असला तर एखादा शर घाटचा गूळसुद्धा तो घरी आणी. असं काही बाकडून घडलं तर त्याला मोठं समाधान वाटे.

पण मायला काहीच वाटत नसे. बानं आणलेले गहू कुठं ठेवायचे म्हणून मी विचारलं तर ती तावानं म्हणे, "फेक उकंड्यावर! माह्यापुढं नोको आनू!" नंतर ती त्या वस्तूला चारचार दिवस हात लावीत नसे. बाविषयी ती नेहमीच अशी वागते. मला एखादे वेळी बानं तंबाखू नाही तर अंगारडब्बी आणायला दुकानात पाठवलं नि तेवढ्यात माझ्याविषयी सरूनं मायला विचारलं तर ती फणकाऱ्यानं म्हणे, "मले नाही माहीत! पुसत बस. तुह्यासारखी रिकामटेकडीच तर आये मी!" मायचं उत्तर ऐकून सरू समजून जाई की मी बाच्या कामासाठी गेलो.

बा आपली कुऱ्हाड खांद्यावर टाकून निघून गेल्यावर मायच्या शिव्याशापांना धार येई. ती त्यांच्या नावानं बोटं मोडी. काय वाटेल ते बोले. त्यात कोणत्याच शब्दाचं, कोणत्याच नात्याचं बंधन नसे. नंतर तावातावानं ती आपल्या कंबळातून एक पावली काढी. ती काहीशा अंतरावरूनच माझ्या दिशेला भिरकावली जाई. मग माझ्याकडे न पाहता माय म्हणे, ''पोट्ट्या, थे चार आनी घे आन् शंकरच्या दुकानात ज. त्याले मना, दोन पैशाचं चून दे, एक पैशाचा गूय, अदल्याचा चहा, अदल्याची शालीया सुपारी आन् एका पैशाचं खाचं तेल दे.''

मी सोबत एक मळकट फडकं घेऊन दुकानाच्या वाटेनं लागे. तशात माय म्हणे, ''तेल कायच्यात आनसीन, माह्या तोंडात का, तुह्या?''

मी घरात जाऊन ॲल्युमिनियमचा पेला घेई. तेवढ्यात मायला कसली तरी आठवण झालेली असे. ती म्हणे, ''हे पाय, फुटक्या दांडीचा कप घे. येताना तेलीनच्या घरून एका पैशाचं दुधई आनजो!''

परतताना मला उशीर होई. रस्त्यात गारोड्याचा खेळ पाहण्यात, कुण्या पोरांचा एंगाबेंगाचा खेळ पाहण्यात किंवा कुणाचं भांडण पाहण्यात मी रमून जाई. ते मायला सहन होत नसे. ती माझी वाट पाहता पाहता थकून जाई. चुलीवर चहासाठी ठेवलेलं आधण जागच्याजागी आटत असे. हे तिला आवडत नसे. न राहून ती शंकरच्या दुकानाच्या वाटेनं लागे. मध्ये का कुठं मी खेळ पाहताना सापडलो तर ती मागनं येऊन माझा कान धरी. काहीएक न बोलता एकापाठोपाठ दोन-चार धबाके पाठीवर म्हणून देई. बोलण्याची उसंत न देता खदडत खदडत घरी आणी.

चहा झाल्यावर ती म्हणे, ''मी वाड्यात जाऊन येतो. घरात पायजा.'' अन् जाण्यापूर्वी आम्हाला कराव्या लागणाऱ्या कामांच्या वाटण्या करून देई. ''ते केलं नाही त एकाले खाऊ नाही घालणार'' अशी ताकीद देऊन जाई.

मारण्याच्या धाकानं आम्ही सर्वजण आपापली कामं करीत असू. मी विहिरीवरून पाणी आणी. सरू भांडी घासी, झाडझूड करी. तीन वर्षांच्या शेवंतीलासुद्धा काम असे. ती बसल्याजागेवरून पाळण्यातल्या शांतीला झोके देई. शेवंतीच्या डाव्या हाताची दोन्ही बोटं नेहमी तोंडात असत. उजव्या हातानं ती पाळण्याची दोरी ओढीत असे.

माय वाड्यात जाऊन काही तरी काम करीत असावी, एवढाच आमचा अंदाज होता. ती काय करते हे आम्हाला माहीत नव्हतं. स्पष्ट विचारण्याची तर सोयच नव्हती. अवघ्या तासादीडतासात माय लगबगीनं घरी येई. येताना

तिचे ओचे खोचलेले असायचे. कधी कधी नसायचेसुद्धा. तिच्या डाव्या हातात गायीच्या पिंगट दुधाचं भांडं असायचं. ते दूध आमच्या शांतीसाठी पाटलीणबाई दररोज देत असे, हे आम्ही न पाहता ओळखत असू. त्याबद्दल आम्हाला विशेष काही वाटत नसे. आमचं लक्ष असे ते मायच्या उजव्या हाताकडे. त्यात काही तरी कागदानं झाकलेलं असायचं. ते बहुधा अन्न असे. केव्हा गव्हाच्या शिळ्या पोळ्या असत. कधी रात्रीची उरलेली शिळीच पण तेलागरगरीत मसालेदार भाजी असे. तर कधी आमच्या अंदाजात न मावणारा आणि ज्याचं नाव आम्हाला माहीत नाही असा गोड पदार्थ असे. तो असेल याच आशेनं आम्ही मायची वाट पाहत असू. ती वाड्यातून येणार म्हणजे आमच्या आनंदाला, कुतूहलाला सीमा नसे. यामुळे कधी कधी आम्हाला मोठ्या निराशेला तोंड द्यावं लागे. मायच्या उजव्या हातात एखादं टोपलं नाही तर लोखंडी घमेलं असे. त्यात मुगाची, वाटाण्याची किंवा नुसत्या तुरीची चुरी किंवा कधी कोंडाच असे. यामुळे आमच्या आशेला मोठाच धक्का सहन करावा लागे. कधी मायच्या हातात मोठा तांब्या असे. त्यात बहुधा नुसतं ताक राही. क्वचित नुकत्याच जन्मलेल्या म्हशीचं दूध राही. त्याला माय 'चीक' म्हणते. शिजवल्यावर त्याचे खवलेखवले होतात. खायला मोठं मस्त लागतं. सुदैवानं त्यात थोडा गूळ मिळाला तर आमची मेजवानी झडे! बोटं चाटून चाटून भांडं साफ होई. उरलेल्या पाण्यासाठीसुद्धा आम्हा भावंडांत कुरबुर होई. अर्थात ती मायसमोर क्वचित.

माय माणसाच्या चालीनं घरात येई–हातांतील सामान जमिनीवर आदळताना (ती ते ठेवत कधीच नसे) तिच्या नजरेनं जाण्यापूर्वी आम्हाला नेमून दिलेली कामं हेरली असायची. ती का मनाजोगी झालेली नसली तर मात्र आमची सोय नसे. काहीएक न बोलता दांडग्या हाताच्या बांगड्या कोपरांपर्यंत सरकवल्या जायच्या नि रिकाम्या झालेल्या मनगटाचे पंजे आमच्या पाठीची खबर घ्यायचे. तिथं अपील नसायचं. ते नेहमीच नसे–पण आज तसं काही घडलं नाही.

मायनं सरूला उडव्यातून गोवऱ्या, फणं पऱ्हाट्या आणायला सांगितलं. चुलीवर भाकरीचं आधण मांडलं गेलं. विझू पाहणारा विस्तवसुद्धा राख झटकून धुपू लागला. तो पेटल्यावर मडक्यातलं पीठ परातीत घेतलं गेलं. असला कांदा तर शेवंतीला चिरायला लावायची. नसला तरी पर्वा नाही. आज तो नाहीच. मला मिरच्यांचे तुकडे करायला सांगितलं. मी पावशीसाठी वेळ दवडू लागलो. तशी ती माझ्यावर ओरडली. नखानं खुडण्याचा हुकूम

झाला. मी ते करू लागलो. ही कामं करताना आम्ही थरथर कापायचो. कारण साध्या बोलण्यात सुद्धा आरडाओरडा करायची. कारण नसताना दातओठ खायची. त्यात अधूनमधून शिव्या रगडायची. सरळ सांगणं तिला कधीच जमत नसे.

मायचा आवाज घुमायचा. ती घरात असल्याची शेजाऱ्यांना जाणीव व्हायची. ते कुणाला सांगायला जाण्याची गरज नसे. तशात कधी गंगू आपल्या शेंबड्या पोराला काखेत घेऊन दारात यायची,तर कधी मनकर्णा गेरू लावलेल्या डोळ्यांच्या पोरीला हातात धरून आमच्या दारात अवतरायची. नाही तर वंध्या सीताम्हालीण यायची. आज ती आली नाही. मनकर्णानं हजेरी दिली. दारात येऊन उभ्या उभ्या मायला म्हणाली, ''झाला धंदा?''

''नाही. कोन-मनकर्णा? ये नं!''

''नाही बाई! जातो.''फतकल मारीत ती म्हणाली, ''काऽय येत्ये माय-''

''काऊनओ?''

''निंदाले जातो म्हंतो!''

''कोनाच्या?''

''सिद्दीराम पाटलाच्या.''

''कोनत्या वावरात?''

''आंब्याच्या.''

''आंब्याच्या वावरात काल गेल्त्या ना?'' माय भाकर थापताना म्हणाली, ''मंग अजून झालं नाही?''

''नाही!'' ती मानेला हिसका देऊन नापसंती व्यक्त करीत म्हणाली, ''भल्लं चिक्कट आये! उरकता उरकत नाही. तू कोनाच्या जातं?''

''वामन बामनाच्या!''

''त्याचं त कालच झालं कायना?''

''कापसाले जातो.''

''मनानं, का रोजानं?''

''मनानं.''

''चांगलं फुटलं आये?''

''कायचं माय!'' माय तव्यावर भाकर टाकताना नाराजिनं म्हणाली, ''एक बोंड इथं त एक तिथं... साऱ्या दिवसात दोन धडे कापूस नाही होत.''

''मंग कायले जातंओ बिचारे?''

“ना जाऊन काय खाऊ माय!”

“थेबी खरंच आये. तुह्या घरचा बुवा कुठं गेला?”

“मसनात!” माय विषय टाळते.

जराशानं मनकर्णानं सावरतं घेतलं, “जातो.”

“बसनओ, जाजो!”

“आन, खांडतमाखू तरी दे!” तिनं पुन्हा फतकल ठोकलं.

“तमाखू नाई. खांड आये.”

“आन, खांडच दे.”

नंतर मायनं सरूला पिवसी आणायला सांगितलं. मनकर्णानं सुपारी खाल्ली. मायबरोबर अवांतर गप्पा केल्या. ह्या तासा अर्ध्या तासातनं मायच्या भाकरी झालेल्या असतात. चुलीवर बेसन खदखदत असतं. मग ती तिथली आवरासावर करते. ते पूर्ण होतंच असं नाही. कारण तशात कुणी तरी बाहेरूनच तिच्या नावानं ओरडतं. तसंच आजही ओरडत आहे, “देवके, येऽऽदेवके!”

“आलीओ-तुम्ही व्हा तंवरी पुढं!” माय खरकटे हात धुते.

“झालं नाई अजून?”

“झालंच आये. बायका निघाल्या?”

“हो-हो.” रस्त्यावरचा आवाज म्हणतो, “चाल लवकर!”

“व्हा तुमी पुढं-मी येतोच.”

“ये, आम्ही गोठानापाशी थांबतो.” दारावरील आवाज पुढं चालू लागतो.

मग मायच्या घाईला गती मिळते. चुलीवर शिजणारं बेसन ती एका भाकरीवर टाकते. मग ते शिजलेलं असो वा नसो! असलं तर त्यावर थोडं तेल ओतते. नसलं तर पर्वा नाही! शिदोरी बांधताना आम्हाला सतत बजावीत असते, “वासुदेव, तू नदीचं पानी आनून ठिवजो. सरू, तू भांडे घासून ठिवजो. मंग सारवून टाकजो. मंग शांतीले दूध पायजो. दूध चुलीवर ठिवजो- कुत्रे, माजर पायजो. शांते, शेवंतीले एकटी टाकून जाऊ नोको. कोनाच्या घरी जाचं नाही. काही मांगून खाचं नाही. कोनं देल्लं तरी खाऊ नोका, घर सोडाचं नाही. मी आल्यावर कोनती बोंब आली तर एकेकाच्या पाठीचं सालपटं लोंबवीन! पाहा रे बा, नाही त सांगितलं नाही मनान! वासुदेव शायेत गेला म्हनजे तू घर सोडू नोको-नाही त कालच्यासारखं होईन!” आमच्या उत्तराची

वाट न पाहता माय हे सारं बजावून सांगत असते. एवढ्या वेळात तिचं शिदोरी बांधणं झालेलं असतं.

नंतर उरलेल्या दोन भाकरींचे माय चार तुकडे करून ठेवते. त्या आमच्या वाटण्या असतात. मी, सरू, शेवंती नि चवथा तुकडा बाच्या नावाचा असतो. पण तो बा बहुधा खात नाही. तो घरीच येत नाही आणि तो घरी येऊ नये अशीच आमची अपेक्षा असते. कारण दुपारी चारनंतर आम्हीच तो मटकावून टाकतो. तसं मायनं जाताना सांगिलेलं असतं. त्या चार वाटण्यांवर ती स्वतःच बेसन टाकून देते, म्हणजे भांडणं व्हायला नको, असं तिचं मत असतं. जाताना ती म्हणते, ''भाकर आताच नोका खाऊ-बारा वाजल्यावर खाजा, नाहीतर भुका लागन!''

पण आम्ही बाराची वाट पाहू शकत नाही. माय घराबाहेर पडली की आमचे बारा वाजतात. कधी जेवतोसं सर्वांना होऊन जातं. आम्ही मुकाट्यानं क्वचित जेवणं करतो. जेवताना भांडणं होतात. मारामाऱ्यासुद्धा करतो. एकमेकांचे चिमटे काढतो. मी सरूचे केस ओढतो. ती मला नखानं ओरबाडते. प्रसंगी चावेही घेते. सर्वजण संतापतो. आकांडतांडव करतो. भांडणात शेवंती क्वचित पडते. तिच्या आमच्या वयात खूप अंतर असल्यानं ती भाग घेत नसावी. तरी तिला आमचं भांडण आवडत नाही. आजीबाईच्या आवेशानं ती आम्हाला उपदेशसुद्धा करू पहाते. ती आपल्या बोलण्यात मायचे शब्द वापरीत असते. मायसारखेच हातवारे करून बोलू पाहते. बोलण्यापूर्वी तिला तोंडातली दोन बोटं बाहेर काढावी लागतात. मग म्हणते, ''कॉय्यमॉय् पोरॉसोरॉसारखं भांडता!''

हे आम्हाला फारसं आवडत नाही. सरूला तर तिचा मनापासून राग येतो. आम्ही दोघं एक होतो नि शेवंतीच्या वर्मी हल्ला चढवतो, ''जायनं बोटं चुरपे!''

ती पुन्हा तोंडातली बोटं काढते. भोकाड पसरते. म्हणते, ''मी मायले तांगून देईन!''

''जाय-जाय्! बोंबल!'' सरू निर्धास्तपणे म्हणते.

शेवंती बोंबल-बोंबल करते नि गप्प बसते. यापेक्षा तिच्यानं दुसरं काही होण्यासारखं नसतं. आम्हाला भीती नसते. आम्ही घालता येईल तेवढा गोंधळ घालतो. गोंधळात बराच वेळ निघून जातो. मायनं नेमून दिलेल्या कामाची आम्हाला जाणीव नसते. ते केव्हा तरी करावं लागणार एवढीच काय ती जबाबदारी असते. ते माय येण्यापूर्वी झालं म्हणजे झालं, असं आम्हांला

वाटतं. त्यासाठी सबंध दिवस पडलेला असतो. म्हणून आम्ही बेफिकीर असतो. तसाच मी आजही आहे.

मला शाळेची आठवण होते. सुटीचा दिवस असला तरी मी पाठीवर पिवशी धरून शाळेच्या वाटेनं लागतो. विशेषतः सुटीच्या दिवशीच मला शाळेची अधिक ओढ असते. बामणमास्तरच्या बायकोची आठवण होताच मी शाळेच्या दिशेनं भराभर चालू लागतो. मास्तराचं घर शाळेच्या मागंच आहे. सुटीच्या दिवशी मी एकदम त्यांच्या घरी जातो.

बामणमास्तराची बायको मला कपबशा विसळायला सांगते तरी मी जातो. ती मला वापरायचं पाणी भरायला लावते तरी माझी पावलं तिकडे ओढ घेतात. मास्तरीण मला चार पायल्यांचं, न पेलणारं दळण घेऊन पिठाच्या गिरणीत धाडते, तरीही मी तिथं जातो. मास्तरीण माझ्याकडून अंग चेपून घेते, डोक्यामस्तकाला गायीचं तूप चोळून घेते-तरी मी तिला टाळीत नाही. टाळू शकत नाही, म्हणून मी तिकडे ओढला जातो.

कारण कपबशा विसळल्यावर मला अर्धा कप चहा मिळतो. पाणी भरल्यानंतर एक गव्हाची पोळी मिळते. तीवर कधी साखर-तूप तर कधी साखर-आंब्याचा कीस नि पाक मिळतो. मास्तरीणचं अंग चेपल्यावर, डोक्याला तूप चोळल्यावर एक आणेली मिळते-तर दळण आणल्यावर लाडू, बेसनाची वडी, नाही तर दुसरा एखादा पदार्थ माझ्या हातावर ठेवला जातो. तोच पदार्थ मला बामणमास्तराच्या घरी ओढतो. सणाच्या दिवशी तर माझी ओढ अनावर असते. त्या दिवशी मला मास्तरीणबाई एका वाढपाचं जेवण देते. त्यात एक पुर्णाची पोळी, एकच वडा, चार भजी, अर्धी वाटी कढी, दोन भाज्या, चटण्या वगैरे असतात. ते सारं मी बकाबका खातो-ताट पुसून, बोटं चाटून चाटून खातो. ही चटकच मला बामणमास्तराच्या घरी ओढते. म्हणून रोज जातो तसा आजही चाललो.

नेमका, कलतीच्या वेळी मी घरी येतो. मायच्या धाकानं घाईघाईनंच घरात शिरतो. तेव्हा शेवंती जमिनीवर झोपी गेलेली असते-असते असंच नाही-पण आज आहे. झोपेतही तिची बोटे तोंडात आहेत. पाळण्यातली शांती जागी आहे आणि ती झोळीतल्या झोळीत उसळ्या मारते आहे. मोठमोठ्यानं रडत-तळमळत आहे. घराचं दार उघडं आहे. कधी कधी ते नुसतं लोटलेलं असतं. अंधाऱ्या कोपऱ्यातली उतरंड हुसकली गेलेली असते. खालची मडकी वर नि वरची खाली झालेली असतात. कधी कधी ती मडकी दुकान मांडावं तशी इतस्ततः पसरलेली पण असतात. सर्व घरात हुसकावासक

झालेली असते. तिखट-मिठाच्या नावानं राखून ठेवलेल्या रिकाम्या शिकोऱ्यांची झाकणं बदललेली असतात.

असं काही झालं म्हणजे मी ताडतो की, बा येऊन गेला असावा. तोच अशी हुसकावासक करून जात असतो. केव्हा केव्हा तर आमच्यासमोरही करीत असतो. जाताना बजावतो की, "इले सांगू नोका!" मग आम्हाला एकेक आणेली देतो, निघून जातो.

आम्ही सांगत नाही तरी मायला हे आल्याबरोबर कळतं. ती घाईघाईनं कोणत्याशा मडक्यात हात खुपसून पाहते. मग डोक्यावर हात ठेवते. बाच्या नावानं खूप शिव्या-शाप करते. अशा दिवशी आम्हाला उपाशी निजावं लागतं. असं मागं पुष्कळदा झालं. पुढं पुढं तर हुसकावासकी होई तरी आम्हाला उपाशी झोपण्याची पाळी येत नसे नि आताशा हुसकावासकही होत नाही. तशीच ती आजही झाली नाही.

मी शेवंतीला जागं करू पाहतो. मला विचारायचं असतं, 'सरू कुठं गेली?' पण शेवंती जागी होत नाही. शांतीचा आकांत पाहवत नाही. मी तिला पाळण्यातून काढतो. झोळीची वाकळ ओली झालेली आहे. ती बदलली म्हणजे शांती पुन्हा झोपू शकते. निदान रडायची तरी थांबते. मी तसं करू पहातो-पण मला झोळी करता येत नाही. प्रयत्न करूनही ती जमत नाही. शांती रडत असते. जमिनीवर झोपवल्यानं अधिकच तळमळते. मला संताप येतो. त्या भरात मी तिला मारतो. चापट्या नाही, कारण त्या शेजारच्या नर्मदेला ऐकू जातात. ती मायला सांगत असते. म्हणून चिमटे काढतो. शांती आणखी तळमळते. मी आणखी चिमटे काढतो.

तेवढ्यात सरू अवतरते. बहुधा ती किसन मारवाड्याकडून आली असावी. सरू तिथं दिवसभर लुंघळते. मारवाड्याच्या पोराला खेळवते. एकदा तिला मारवाड्याकडे भांडी घासताना पाहिल्याचं मायला कुणी तरी सांगितलं होतं. तेव्हा मायनं तिला बेदम मारलं होतं. मायची पाचही बोटं तिच्या पाठीवर उमटली होती. पण याचा फारसा उपयोग झाला नाही. नंतरचे चारसहा दिवस गेल्यावर सरू पुन्हा तिथं जाऊ लागली. मी शाळेत गेलो की तीही तिथं जातेच. मी आलो की तीही येते. कधी माझ्या आधी येते. आज उशिरा आली.

घरी आल्यावर आम्हा सर्वांचे लक्ष्य एकच असतं. ते म्हणजे बाच्या वाटणीची भाकर त्यानं खाल्ली की नाही. आल्याबरोबर प्रथम ती तशीच असल्याची खात्री करून घेण्यात येते. आम्ही दवडीतून ती भाकर काढतो.

भाकरीवरचं चून शेवंतीनं कधी तरी निपटून काढलेलं असतं. पण आम्हाला त्याची पर्वा नसते. भाकरीचे सारख्या प्रमाणात तीन तुकडे करण्यात येतात. तो अधिकार माझा असतो. शक्य असल्यास मी अधिकाराचा दुरुपयोग करतोच. उरलेले दोन तुकडे सरू नि शेवंतीला दिले जातात. असलंच तर त्यावर तेलमीठ घेतो. नसलं तर पर्वा नसते. आम्ही ते तुकडे भांड्यात घेत नाही, हातात घेतो. एका जागेवर सर्वजण बसून खात नाही. कुणी पाळण्यात, कुणी अंथरुणावर, तर कुणी दारात उभी रहातो. तुकडे हातानं मोडले जात नाहीत. दातांनी खुडले जातात. हे सारं अर्धा-पाऊण तास पुरतं. तसंच आजही झालं.

एव्हाना दिवस बराच झाकळला जातो. जंगलातली गुरं गावात शिरतात. घराघरातून धूर डोकावतो. एखाद्या घरात दिवाही लागतो. तशात आम्ही भानावर येतो. जाताना मायनं सांगितलेल्या कामांची आठवण होते. धावपळीस सुरुवात होते. मायेच्या धाकानं एका तासाची कामं अर्ध्या तासात होतात. एकमेकांच्या कामात आम्ही मदत करतो. मी पाणी ओढून देतो. ते सरू नांदीत आणून टाकते. ती भांडी घासते. मी विसळू लागतो. ती घर झाडते. मी पडवीतून केर काढतो. शेवंती मात्र काहीच करीत नाही. बसल्याजागी शांतीला झोका देते. शांती झोपत नाही. तिला भूक लागलेली असावी. कारण तिच्या वाट्याचं दूध तिलाच मिळालेलं असतं असं काही नाही. कुणाचं लक्ष नसलं तर शेवंतीच ते गट्ट करते. संधी मिळाली तर सरूही करते नि वेळप्रसंगी मीही मागेपुढं पाहत नसतो. आमच्याविरुद्ध शांतीला तक्रार करता येत नाही. भुकेमुळं तळमळणं हेच तिच्या स्वाधीन असतं. कदाचित आताही त्यातलाच प्रकार असू शकेल. ती सारखी तळमळत आहे. पाळण्यातून सारख्या उसळ्या घेत आहे.

आम्हाला ऐन दिवेलागणीच्या वेळी जाणवतं की, चिमणीत घासलेट नाही आणि शिशीतही नाही. यावर आमच्याजवळ उपाय नसतो. अंगणात वाकळ अंथरून आम्ही चारही भावंडं बसून राहतो. चांदणं आमच्या मदतीला असलं तर बरं वाटतं. नसलं तर फार कठीण जातं. कुठं 'खट्' झालं की सर्वांच्या हृदयाचं पाणी पाणी होतं. एकमेकांना आम्ही मिठ्या मारतो. पण तसं आज नाही. आज चिमणीत घासलेट आहे. अस्पष्ट प्रकाश खोलीत मिणमिणतो आहे.

वेळ बरीच झाली तरी माय आलेली नाही. आम्ही अंदाज करतो आहो. आता ती शेतातून निघाली असेल. आता अर्ध्यात असेल. आता

वामनबामणाच्या घरी असेल. आता कापूस मोजत असेल. आता ते आटोपलं असेल. आता घराकडे निघाली असेल... पण माय येत नाही. तिच्या येण्यात अन् आमच्या अंदाजात कधी कधी दोन दोन तासांचा फरक असतो.

मायची चाहूल आम्हाला फार लांबून लागते. ती सोबतिणींशी माणशी आवाजात बोलत-बोलत येत असते. त्यात कधी वामनबामणाची मापं खोटी आहेतसं बोललं जातं. कधी त्याच्या कुंजषपणाची उगाळणी असते. आज तुरीच्या शेंगा कमी दिल्याचा त्यात उमाळा आहे. बोलता बोलता माय दाराजवळ थांबते. शांती झोपली की जागी आहे, हे ती बाहेरून हेरते. आता ती जागी आहे म्हणून माय आत आली. नाहीतर तशीच वाड्याच्या दिशेनं चालू लागली असती.

ती आत आली. शिदोरीच्या फडक्यांची पुरचुंडी उभ्यानंच जमिनीवर आदळली. ती ठेवीत नसतेच कधी. नंतर उभ्यानंच आपला घोळ सोडते. आता त्यातल्या तुरीच्या शेंगा जमिनीवर ओतल्या. मला पुरचुंडी सोडायला सांगितली. दोन्ही शेंगा एकात केल्या गेल्या. ढिगाची उंची पाहून सरूच्यानं राहावलं नाही. ती मोठ्यानं म्हणाली, ''अरे बापरे! आज खूप शेंगा आणल्या!''

तसे मायनं सरूवर डोळे काढले. खालचा ओठ वरच्या दातात दाबून दबक्या आवाजात म्हणाली, ''चुप् रायनं-बापाच्या नानी! बोंबलू नोको!''

मग माय नांदीकडे गेली. उभ्याउभ्याच अर्धी पावलं ओली केली. गुरळा घेतला नि तेच ओले हात आपल्या स्तनांना लावले. चोळीची गाठ न सोडताच ती असं करते. घरात आल्यावर शांतीला पाळण्यातून काढलं, ''दूध कवा पाजलं होतं? पेली का नाही?'' ची चौकशी झाली. मांडीवरची शांती अधाशीपणे तिचे स्तन चाचपडते. एक स्तन तोंडात गेल्यावर ती रडणं बंद करते. दुसरा हातात धरून ठेवते. सपसप दूध ओढू लागते. तेवढ्यात मायनं लुगड्याचा पदर आडवा केला. तसं ती नेहमीच करते.

माय शेंगांच्या ढिगापाशी बसली आहे. उजवा हात शेंगा खालीवर करतो आहे. त्यात मुगाच्या शेंगा आहेत. भेंड्या आहेत, अंबाडीची बोंडं आहेत. क्वचित भुईमुगाच्या शेंगाही सापडतात. मधूनमधून एखादं बोरही हाताला लागतं. भुईमुगाच्या शेंगा नि बोरं आमच्या दिशेनं फेकली जातात. ज्याच्या जे हाती लागेल तो ते मटकावून टाकतो.

मायचं तोंडही स्वस्थ नसतं. आमच्यात दिवसभर घडलेल्या घटनांचा ते आढावा घेत असते. त्यात शेवंती भाग घेते. आमच्या भांडणाचं प्रकरण पुढं

सरकवते. सरू आणि मी आपापल्या परीनं गुन्हे लपविण्याचे प्रयत्न करतो. मायचं लक्ष चुकवून शेवंतीवर डोळे काढतो. माय शेवंतीकडे तेवढंसं लक्ष देत नाही. ती बासंबंधी चौकशी करते. नंतर अवांतर. मग तिला कसलीशी आठवण होते. विचारते, ''वाड्यातून कोनी आलं होतं काय?''

''नाही.'' सरू आपली गैरहजेरी लपविण्याच्या उद्देशानं माहिती पुरवते.

''हो.'' शेवंती तोडातली बोटं काढून म्हणते.

''कोण आलं होतं?''

''नामा.''

''काय मने?''

''आल्यावर धाडून देजो मने.''

नंतर माय स्वत:शी कसला तरी विचार करते नि आम्हा सर्वांना विचारते,

''तुमाले भुका कशा आये?''

''थोडी!'' मी खोटं सांगतो.

''सरू, तुले?''

''मलेई थोडी.'' दुसरं काय म्हणणार?

''पीठ पाय बरं मडक्यात किती आये त...''

सरू पिठाचं मडकंच उचलून आणते. ते मायच्या समोर वाकडं करून दाखवते. तेच तेल-मीठ वगैरे बाबतीत होतं. मग एकाएकी मायची मुद्रा विचारी होते. शांतीला दुसऱ्या स्तनाशी लावताना ती म्हणते, ''सरू, तू इस्ता पेटव.'' नंतर कंबळातून चार आणे काढून मला म्हणते, ''शंकरच्या दुकानातून अर्धा शेर पीठ, दोन पैशाची मस्त्राची दाय आन् एका पैशाचा तमाखू आन्.''

मी सामान घेऊन आलो, तेव्हा माय घरी नव्हती. शांती पाळण्यात होती. शेवंती झोका देत होती. सरू चुलीजवळ होती. ती शेंगांचे दाणे काढीत होती. चूल पेटलेली होती. तीवर एकीकडे तुरीच्या शेंगा आणि दुसरीकडे अंबाडीची भाजी शिजत होती. मायविषयी विचारलं तर सरू म्हणाली, ''वाड्यात गेली.''

माय येईपर्यंत आम्ही ताटकळत असतो. शेवंती नि शांती झोपी जातात. सरू डुलक्या देऊ लागते. मीही पेंगू लागतो. कधी कधी जागच्या जागी कलंडतो. आम्हा सर्वांना झोपा लागतात. दार उघडं टाकून आम्ही घोरू लागतो. तोच माय घाईघाईनं आत येते. घरात खरजेलं कुत्रं शिरलेलं असतं. ते काही खात नाही. तरी माय संतापते. आमच्या नावानं ओरडते. हाकेनं

जाग नाही आली तर बखोटी धरून उठवून बसवते. तेवढ्यावर नाही निभावलं तर मारते. क्षणैक काय झालं तेच आम्हाला कळत नाही. भानावर आल्यावर तिचं बोलणं ऐकू येतं, ''चाल ऊठ! नाई त आनखीन देईन एक होत्काडात ठिवून!''

मी जागा होतो. सरू सावरून बसते. मग माय आम्हाला चुलीजवळ बसायला लावते. भाकरी व्हायला वेळ असतो. उकडलेल्या शेंगांचे भसके आम्हा सर्वांच्या पुढ्यात टाकल्या जातात. नंतर माय म्हणते, ''शेंगा खा-तंवरी भाकर होते.'' तरीही शेवंती भानावर येत नाही. माय हात उगारते. आवाज चढवते नि तिला म्हणते, ''सिनारू का-आं? नऊ वाजले नाई तर सुस्तीनं घेरली! कुठं कष्टाले गेल्ती कायओ?''

पण शेवंतीला मारीत नसते. शेवंती जागी होते. आमच्याबरोबर शेंगांची टरफलं पाडीत बसते. या वेळी आम्ही सर्वजण मायच्या चुलीभोवती रांगेनं बसलेलो असतो. माय घाईघाईनंच गार पाण्याच्या जाड भाकरी थापते. पाहता पाहता मसराच्या डाळीचं वरण नि भाकरी तयार होतात. भाकरी जर ती गरम पाण्याच्या करणार असली, त्याला उशीर लागणार असला तर ती संपूर्ण सैंपाक होईपर्यंत आम्हांला ताटकळत ठेवीत नाही. एक भाकर झाल्याबरोबर तिचे चार तुकडे करून आमच्यापुढं टाकते. पुन्हा भाकर झाली की तिचे पुन्हा चार तुकडे होतात. असं फार तर आणखी एखादेच वेळी होतं. तितक्यात भाकरी संपत येतात. पोटं रिकामी असतात. यावर माय म्हणते, ''पानी पेत जा! नुसतं अन्न खाऊ नोय.'' आम्ही पाणी पितो. पुन्हा भाकरीची वाट पाहतो. तेव्हा माय चक्क सांगते, ''आता हात धुवा-झालं, बस करा!'' बाकीचं पोट आम्ही पाण्यानं भरून काढतो. पोटभर जेवण आमच्या वाट्याला नसतंच कधी! असलं तरी क्वचित, आज अपुरंच झालं.

आमची जेवणं आटोपली की माय चुलीवर पाण्याचं मडकं मांडते. रात्री अकरापर्यंत तिची आंघोळ आटोपते. नंतर जेवण होतं. ते होतंच असं आम्हाला कळायला मार्ग नसतो. आम्ही झोपलेलो असतो. जाग येते तेव्हा ती काही तरी करीत असल्याचं जाणवतं.

रात्रीचे बारा दोन वाजतात. मग बाच्या दार ठोठावण्याचा आवाज येतो. पण माय जागी असूनही स्वत: उठत नाही. ती मला नाही तर सरूला उठवते, आज मलाच उठवलं. मी जागा झालो. मायनं दार उघडण्याची मला खूण केली. मी दार उघडलं. बा आत आला. आला तशी त्यानं चिलीम पेटवली. माय काही बोलली नाही.

असा बराच वेळ गेला. नंतर ती बाला उद्देशून, पण मला म्हणाल्यासारखी म्हणाली, ''एक भाकर ठिवली आये, थे खाऊन घे मनारे पोट्ट्या!''

मी ते बाला सांगितलं. तो म्हणाला, ''भूक नाही!''

''भूक नाही त धोड्ड्यात जाय मना!'' मायनं तोंडावर पांघरूण ओढताना म्हटलं.

नंतर मी झोपी गेलो.

❏❏

दि वा ळी

गॅलरीतल्या जाळीवर पणत्यांची माळ ओवून झाली. त्यासाठी जानकी अर्धा तास राबली होती. धावता वाराच तिला राबवत होता. आपल्या धिंगाण्यानं दिव्यांतल्या माळेतली एखादी पणती विझवून पळत होता. जानकीच्या शिव्या खात होता. शिव्यांची माला वळत वळतच जानकी जिना उतरून खाली आली. न्हाणीतल्या गुलाबी साबणानं तेलकट हात स्वच्छ केले अन् ते आपल्या मांड्यांवर कोरडवत, खोचलेले ओचे सैल सोडत, बैठकीत-पुस्तकात डोळे टवकारून बसलेल्या मालकिणीस म्हणाली, ''बाईसाहेब, मी चाल्ली!''

पुढ्यातल्या अक्षरांच्या रुळावरून धावणारी दृष्टी न थांबविता मालकिणीनं विचारलं, ''माडीवर दिवे लावून झालेत ना?''

''जी-हो.''

''जा मग.''

तरीही जानकी उभीच होती. नखानं फरशी कोरीत. हाताच्या बोटानं लुगड्याच्या वळ्या काढीत. हे लक्षात आणून मालकिणीनं पुस्तकातली नजर थांबवून, वर पाहून विचारलं, ''काऽग, गेली नाहीस ती?''

वर न पाहता जानकी तोंडात बोलली, ''बाईसायेब, मी मनत होती, का-''

''काय ते?''

''का मले दोनक रुपये-''

मालकिणीनं जानकीचं म्हणणं लक्षात घेऊन बोलायला सुरुवात केली, ''अगं, तुला पैसे हवे होते-तर ते कालच का नाही मागितलेस? आज धनत्रयोदशीला अन् तेही ऐन दिवेलागणीस मागत्येस? कोणता बरं शहाणा ह्या वेळी पैसे देईल?''

ह्यावर जानकीपाशी उत्तर एकच होतं. आणि ते तिनं कृतीतही आणलं. ती भराभर घराच्या वाटेनं चालू लागली. जुन्या वस्तीत आली. आपल्या अंगणात आली. तिथून आत बघते, तर ओसरीच्या बुरख्याआड दडलेल्या

घराच्या दाराच्या नाकात कुलुपाची नथ लोमकळत होती. पाहून झाल्यावर ती अंगणातूनच ओरडली, ''शेष्याऽआऽशेष्यारेऽ-''

बाजूच्या दारातून माहिती पुरविण्यात आली, ''शेष्या त नाई माय जानके, इथीसा!''

त्या आधीच जानकीनं वातावरणावर आपल्या हाकेचे चाबूक ओढायला सुरुवात केली. मायचा गजर ऐकताच उकिरडा चिवडणं थांबवून शेषा घराच्या वाटेनं धावला. त्याच्या जवळची किल्ली कुलुपात रुतवताना जानकी त्याला विचारू लागली, ''कारे, थे आल्ते का?''

''हो.''

''काय मने?''

''काई त नाई मने-''

ऐकताच जानकीचा एक हात तोंडावर जाऊन विसावला. डोळे शेषाकडे खोलवर बघू लागले अन् हे सारं होईस्तोवर थांबलेला तोंडाचा चंबू एकदम बोलला, ''काईच नाई मने, बजारागिजाराचं?''

''बजारातच ते गेलेओ.''

''त मस्न्यावानाच्या, असं काबा नाई सांगत!'' उघडलेल्या दाराचा उंबरठा ओलांडताना किंचितशा तृप्तीनं ती म्हणाली, ''कई गेले थे बजारले?''

''लऽय वाडखोचे.''

''आन् बजार आनाले पालूमालू कितीक नेले?''

''एक थैली आन् धोतराचा पालू.''

''बऽस?'' तिनं भीत भीत विचारलं, ''काई बासनमासन नाई नेलं का तुपासाठी?''

''नेलाना. जल्मनचा लायना गडू-''

''लायनाच?'' जानकी म्हणाली, ''आन् खाच्या तेलाले, काई?''

''नेली. त्यां मंघानी धून ठुली होती-थे सिसीई नेली.''

''थेच त मंतो.''

आणि ती अंधार चाफलू लागली. सराईत हातानं निश्चित जागची चिमणी हुडकून काढली. चिमणी घेऊन सायवानातल्या कोवळ्या अंधारात आली. बोटाच्या चिमटीनं चिमणीची नकटी वात नोचू लागली. अंगारडब्बी वाजली व त्याच क्षणी कोवळा अंधार नाहीसा झाला. तिथला उजेड पाहून शेषा एकदम म्हणाला, ''मा, आपल्या इथिसा दिवेन्तन् नाई लावत कायओ?''

"काबा, अंधारात आये का तू, आता?"

"तसं नाई मनतओ!" आपल्याला नक्की काय म्हणावयाचं आहे, हे लक्षात घेऊन शेषा चटकन् म्हणाला, "चिडीच्या तेलाचे नाई. खाच्या तेलाचे?"

"गेले कायनं थे बुवा बजारात?"

"हो."

"त मंग तिखून आल्यावर लागतीन दिवेई!"

"बावाले याले त रात होईनओ, मंग कईसा लावसीन?"

"लाऊ लेकाले सकायपासून. आच्च्यानं दिवाई सरली थोडीच?"

अन् ह्याच बोलण्यासरशी उठून उभ्या झालेल्या जानकीनं पदर खोचला. ठेवणीतल्या धुरकट काठीला फड्याची मूठ बांधली. तो फडा घराच्या आड्याभिंतीला घासू लागली. जाळी-जळमटं उस्कटू लागली. रुप्यासारखी पांढरी शुभ्र कोळ्यांची घरं जमिनीवर पाडू लागली. झाडझूड आटोपली. कोनाकोपऱ्यातली उतरंडीच्या तळाशी लपलेली दरं बुजवली गेलीत. सरतेशेवटी भांड्यांचा आवा अंगणात आणला. एकेका भांड्याला घासनी फरकाटू लागली. अशी दोन भांडी नाही होत, तर अंगणात उभा झालेला महादेव शिणलेल्या आवाजात रुबाब ओतीत म्हणाला, "थे होत राईन मंग, आगूदर माह्या हातचा गडू घे-"

ऐकून नाही होत तर जानकी महादेवच्या मदतीला धावली. एका हातात तांब्या आणि दुसऱ्यात थैली घेऊन ती घरात गेली. तिच्या पाठोपाठ चाल करून गेलेल्या महादेवनं डोक्यावरचं गाठोडं खाली ठेवलं. गंगेत घोडं न्हालं अशा चर्याविर्भावात तो कुडाच्या भिंतीला टेकला. त्या वेळी जानकीनं दिवठाणीवरची चिमणी गाठोड्याशी ठेवली होती. चिमणीशी वाकडा तांब्या धरून विचारू लागली, "किती आन्लंओ?"

"किती आन्लं मंजे?" स्वराविर्भावात चीड लडबडवत महादेव म्हणाला, "आये अर्दा पाव."

ह्यावर जानकी बोलली नाही, महादेवला न कळत तिच्या भिवया उंचावल्यासारख्या झाल्या. हात, गाठोडं-थैलीतल्या पुड्यापाड्या काढू लागले. काढल्या जाणाऱ्या प्रत्येक पुडीला ती चाफलून पाहू लागली. वरचा कागद आणि दोरा न सोडता तीत काय असावंसा अंदाज घेऊ लागली. तो तिच्या हलणाऱ्या ओठांवरून वातावरणात उमटू लागला. अस दोनचार पुड्यांच्या वाट्याला आलं. एका पुडीचा दोरा उकलताना न राहवून जानकीनं

विचारलंच, “याच्यात काय, गूय आये वाट्टे?”

“असन.”

“कितीक आन्ला?”

“अर्दा सेर?”

“गूऽऽयओ?” तिच्या स्वरात तीव्रता डोकावली आणि ती शेवटी विचारून बसली, “आन अर्दाच सेर?”

“त-मंग?” तिचा सूर व उद्देश बोचून की काय कुणास माहीत, तो तिरसटला, “काय खंडीभर आन मंत कायओ?”

ह्यावर मात्र जानकी बोलूनच बसली, “मी काय तुमाले खंडीभर आना मनत असन काय लेक्!”

आणि महादेवकडे रोखून पाहिलं. तो काहीच बोलला नाही, हे पाहून तिनंही आपल्यावर ताबा आणला व शक्य तेवढ्या आपलेपणानं म्हणाली, “मी मनत होती का जान्राव यीनगीन त-”

महादेव एकाएकीच उकिडवा झाल्यासारखा करून म्हणाला, “मोठ्ठा येनारच आये तुहा भौ त मले माईतच आये. पाऊनच रायलो दोन वर्सांपासून-”

“या वक्ती नक्खी यीन मून निरोप धाडला त्यानं-”

“मांगल्ल्या वर्सी नवता आला निरोप?”

जानकीनं खाली मान घातली. गुळाच्या पुडीभोवतालचं उकललेलं सूत पुन्हा त्या पुडीभोवती लपेटू लागली. इकडे महादेव तिला विचारतच होता, “मंग, आल्ता का?”

महादेव थांबला. पुन्हा कुडाला टेकला आणि सूर पालटून म्हणाला, “आन् एवडंई करून औंदा आलाच एखांदा त मंग ऐन वक्तावर नाई बलावता येत काई लागलंसवरलं त? का हे खडेंगाव हाये त धा कोस जा लागन, मनू आतापासून कायजी कराव्?”

“अवो बिचारेव्हा!” ती जीव तोडून बोलली, “पन वक्तावर पैसे?”

“येऊ त दे आधी.” तो विश्वासानं बोलत होता, “भौबीजीच यीन्ना?”

“हौ.”

“मंग बखत आये अजून. तंवरी पायता येते कुठीसा उसनेपासने.”

महादेवच्या ह्या दिलाशानं जानकीच्या उत्साहावर झिलई चढली. तिनं हातांतल्या पुड्यापाड्या भराभर हातावेगळ्या केल्या. नंतर अंगणात तिची वाट बघत असलेल्या भांड्यांच्या आव्याशी बसली. सारी भांडी चकाचक चमकू

लागली. ती घरात त्यांच्या जागी मांडल्या गेलीत. त्या वेळी जानकीच्या सूचनेप्रमाणेच महादेव आणि शेषा ओसरीत बसून जेवण उरकीत होते. त्यांतल्या शेषास उद्देशून ती म्हणाली, ''पोट्ट्या, झालं कायरे तुहं खानं?''

''नाई.'' चावता घास गालात थांबवून शेषानं विचारलं, ''काबा?''

''राऊ दे.'' विचार फेरून ती म्हणाली, ''जेव तू. मीच जातो.''

महादेवनं विचारलं, ''कुठीसा?''

''कुठीसा नाई. रुख्मीच्या घरून माजरी आनाची होती.''

''त जेवन झाल्यावर जाईन्ना शेषा-''

''हो.'' ती बाहेर पडताना म्हणाली, ''त्याचं जेवन होईन एक अर्ध्या राती तंवरी रुक्मी काय माह्यासाठी चेती राले बसली!''

आणि जमीन हादरवणारी चाल चालत जानकी रक्मीकडे गेली. परतली तेव्हा तिच्या हातात खोबरंकिसनी अन् खलबत्ता होता. ते साहित्य जमिनीवर टेकवून जानकी ओणव्याची सरकी झाली. तेव्हा शेषा ढेकर देत होता व नुकतेच धुतलेले हात सदऱ्याच्या आग्यास टिपताना तिला विचारत होता, ''मा, आता निजागिजाच कुठीसाओ?''

''आतापासून पसरू नोको. थांब आच्च्या रोज. मले जरासा हातभार लावू लागजो!''

''मांगल्ल्या दिवाईवानी?'' शेषा आनंदून विचारू लागला, ''मंग सांग, आता काय करू त?''

तशी जानकीनं त्याच्या पुढ्यात गुळाची पुडी सरकवली. खलबत्त्याकडे हातवारे करून म्हणाली, ''आधी ह्या गुय थ्या खलात टाकून कुटून ठिव-मंग खोबरं घेजो किसाले!''

शेषा खलबत्ता बडवू लागला. जानकीनं चुलीत काड्या घातल्यावर कढई मांडली अन् कढईत जवसाचं फेसाळ तेल ओतलं. एकीकडे परातीत कणीक भिजवू लागली. कणकेत गूळ कालवून भिजवून झाल्यावर त्या कणकीची पोळी केली. तिच्या पोटातून सराट्याचं पातं फिरवताना शेषाला म्हणाली, ''मले तू असे शंकरपाये कापून दे-मी थे तयून काहाडतो.''

शेषानं हे काम मोठ्या हौसेनंच पत्करलं. त्यानं कापून दिलेल्या शंकरपाळ्यांचा पहिला घाणा काढल्यावर त्यांतले दोनचार तुकडे शेषाच्या हातावर टाकताना ती विचारू लागली, ''कारे, कसे झाले?''

''मस्त.''

''त मस्न्या,'' ती उगीचच खेकसून बोलली, ''गोड झाले का?''

“हौ ना त!”

शंकरपाळे तळून झाल्यावर जानकीनं सेवेचं भिजवलं. ते साच्यात कोंबताना म्हणाली, “जाय, लागन त आता राय पसरून त्याहीच्या सातरीवर.”

कढईतल्या तेलाच्या पृष्ठभागी तरंगणाऱ्या चकलीच्या वेटोळ्यांकडे आशाळभूत, लोचट नजरेनं बघत शेषा म्हणाला, “मा, मी तुले सन करू लागतो ना ओ!”

“हो-हो माईतच आये, मोठ्ठा करू लागनार आये त–” ती कढईतल्या तेलात झारा ढवळताना म्हणत होती, “म्हशीचे शिंगं म्हशीले काई भारी नस्ते. करून घेईन मी. तू जाय, निजून राय–”

“मले झोपच नाई येतओ.”

“आता कशीगा तुले झोप यीन! घरात आये गूर आन् दुख्ते तुहा ऊर–”

आणि त्या वेळी तिच्या हातातल्या झाऱ्यानं चकल्याचा घाणा काढला. त्यातल्या दोन चकल्या त्याच्या हातावर ठेवताना ती म्हणाली, “हं, घे. येवढं खाऊन तरी निस्सिन्ना?”

“हो.”

“थेच मंतो.” ती समाधानानं म्हणाली, “राय निजून लवकर. सकाय लवकर उठा लागन न्हाआले.”

ह्यावर शेषाला चूल सोडावीच लागली व ओसरीतल्या अंधारात झाकूनलपेटून निजलेल्या महादेवच्या पाठीशी जाऊन झोपावंही लागलं. जानकी मात्र बराच वेळ काम करीत राहिली. चकल्या झाल्यावर सेव काढली. नंतर करंज्या, पापऱ्या, साटोऱ्या. सारं झाल्यावर चुलीतल्या काड्यांवर पाणी ओतलं. ते ओतताना ओसरीतल्या अंधारात डोळे फाडून बघत होती अन् हलक्या आवाजात हाक घालत होती, “काओ, निजले काय?”

उत्तर न आल्यानं ती थांबली. हातात चिमणी घेऊन ओसरीत आली. झाकूनलपेटून निजलेल्या महादेवला न्याहाळलं. मघासारखीच हलकीच हाक घालून पाहिली अन् तिला उत्तर न आल्यानं जानकी पुन्हा घरात परतली. परतताना ओसरी अन् घर ह्यांच्या सीमा ठरवणारं दार लोटून घेतलं. पुढची हालचाल चोरपावली सुरू झाली. एक मोठंधाटं फडकं काढलं. त्यात नुकतेच तळून काढलेल्या पदार्थांतील थोडेथोडे करून बहुतेक सर्वच प्रकार काढू लागली. काही दवडीतून, काही शिकोरीतून, तर आणखी काही आणखी

कशातून. मग फडक्याची गाठोडी बांधू लागली. ती बांधताना तिचे कान ओसरीतल्या महादेववर होते. त्याची किंचितशी खुसपूसही तिला दचकवत होती. गाठोडी व्यवस्थितपणे बांधून झाल्यावर हलक्या पावलीच ती उतरंडीपाशी आली. सर्वांत खालच्या मडक्यात गाठोडीची रवानगी झाली. उरलेली मडकी पूर्ववत ठेवण्यात-रचण्यात आल्यावर जानकीला न कळतच तिनं सुटकेचा श्वास सोडला. नंतर ती आडवी झाली. त्या वेळी तिनाचे टोले पडण्याचा सुमार होता.

उत्साह, चैतन्य, आल्हाद व आनंदाची पैंजणं रुमझुमवत नरकचतुर्दशीची कोवळी पहाट उगवली. तशी वाकळीतली जानकी अलग झाली. चुलीत काड्या सरकवल्या. पाणी मांडलं. सारवून झाल्यावर ओलसर जागेवर रांगोळी भरली. पिठाची. रांगोळीवर पाट नावाची पांजऱ्याची फल्टी टाकली. नंतर एका तास्कीत अक्षवानाची तयारी करू लागली. आवळ्याच्या तेलातलं अर्धअधिक तेल एका वाटीत काढलं. उटण्याचा लिफाफा फोडला. त्यातला अर्धा भाग एका दुसऱ्याच कागदाच्या पुडीत बांधून अलग ठेवला. उरलेल्या उटण्यासहित तो लिफाफाच तास्कीत ठेवला. मग ती उटण्याची पुडी व तेलाची वाटी तिनं एकीकडे केली. सहसा कुणाच्या ध्यानात येणार नाही, अशा जागी. हे झाल्यावरही तिनं सुटकेचा श्वास घेतला. सर्वात शेवटी नवऱ्याला जागं केलं. पांजऱ्याच्या फळीवर बसवलं. अक्षवान करू लागली. किक्सा लावू लागली. लावता लावता तास्कीतला किक्सा संपला तेव्हा तिनं बेसनाच्या डब्यातून चिमूटभर बेसन आणलं. ते तास्कीत टाकताना पाहून महादेवनं जानकीला हटकलंच, ''हे काय होय?''

''चून.''

''काबा, किक्सा सरला का?''

''त का थोई म्यां खाल्ला असन काय लेक्?'' महादेव बोलत नसल्याचं पाहून तीच उटण्याचा लिफाफा त्याच्या पुढ्यात धरून म्हणाली, ''पहा बरं-''

तो काहीच बोलला नाही. विडीचं थोटुक संपवीत संपवीत आंघोळीच्या दगडाकडे जाऊ लागला. वासाच्या साबणानं अंग चोळू लागला. त्यामुळं साबणाच्या झिजत्या वडीकडे कळवळून पाहणारं जानकीचं मन तीळ-तीळ तुटू लागलं. न राहवून म्हणालीच, ''साबनमाबन जरा पाऊन लावजा. थोच उरन त भौबीजीच्या दिशी कामी पडन-''

जानकीची ही काटकसर शेषाच्या वाट्याला अधिक प्रमाणात आली.

शेषाचं न्हाणंधुणं आटोपल्यावर तिनं दोघांनाही फराळाला बसवलं. त्या बापलेकापुढं कागदाचे तुकडे पसरवले. पुढ्यात दवडी ठेवली. दवडीवरचं फडकं काढताच तिच्यात डोकावून महादेव म्हणाला, ''बऽस, एवढंच केलं फरायाचं?''

''एवढंच मंजे?'' जानकीनं एकदा दवडीकडे, दुसऱ्यांदा महादेवकडे पाहून म्हटलं, ''जितका सामा घरात होता, तितकं त केलं बापा!''

तो तिच्याकडे अविश्वासानं बघत अन् दवडीकडे हातवारे करीत वऱ्हाडी पद्धतीचा हेल काढून म्हणाला, ''इतल्याशानं सामा बरलाओऽऽ-''

जानकीनं तोंडावर बोट टेकवून म्हटलं, ''त का, करतावक्ती म्यां खाल्ला असन काय लेक्?''

ह्यावर महादेवचं तोंड सळसळून आलं होतं. हलणाऱ्या ओठांत शब्दांची आग धुमसत होती-पण तिचा भडका होण्यापूर्वीच ओसरीत उभी असलेली कलावती एकदम म्हणाली, ''मावसी, माह्या मायनं माजरी आन् खलबत्ता मांगितला.''

''देतो.'' लगेच विचार करून जानकी म्हणाली, ''काओ, तुहा बाप घरी आये का नाई?''

''नाई.''

''त मंग-तू जा!''

''आन् माजरी?''

''मीच येतो घेऊन-याहीचं झालं मंजे!''

आणि जानकीनं तसं केलंही. महादेवचा फराळ आटोपताच खलबत्ता अन् किस्नी घेऊन ती रुक्मीच्या दाराशी गेली, तिला पाहून रुक्मी म्हणाली, ''तू काबा आलीओ! धाडून द्या लागत होता, माह्या कलवतीच्या हातानं, नाई त तुह्या शेष्याच्या-''

ह्यापूर्वी विचारानं गंभीर असलेली मुद्रा हसरी बनवून जानकी म्हणाली, ''आली, मून काय झालं! का म्यां तुह्या घरी येऊ नोय काय लेक्?''

''असं कोन्ती लाकडाची सवत मनते ओ माय?'' हातचं काम थोपवून रुक्मी आस्थेनं म्हणाली, ''कामावरमामावर जाची लायकी असन मून मन्तो, बिचारे!''

आणि रुक्मीनं पानखांडाचं भांडाळमत काढलं. त्याबरोबर दोघीत बोलणंही सुरू झालं. कुणी काय काय सण केला, कोण काय करणार आहे,

कुणाकडलं काय बिघडलं अन् कुणाकडलं काय विशेष साधलं, ह्या विषयांवरची बोलणी आटोपून सरतेशेवटी जानकी हलकेच म्हणाली, ''रुक्मा, माह्यं एक काम करतंओ, बिचारे?''

''कायचं?''

''करतं का थे सांग आधी?''

''बाप्पा!'' तोंडावर आश्चर्य पसरवून रुक्मी म्हणाली, ''आधी सांगून बसू? आन् तुहं काम माह्याखून होन्याजोक्तं नसलं त?''

''आये. व्हाजोक्त आये.'' जानकी विश्वासानं म्हणाली, ''मलेका नाई त दोनकखांड रुपये दे उसने.''

''आता त माह्यापाशी एक पैसाई नाईओ माय, जानके!'' रुक्मी स्वराविर्भाव पालटून म्हणाली, ''कायले लागत होते?''

''तुह्यापाशी नाईच मंत त मंग सांगून तरी काय फायदा!''

''पन, सांगसीन त? –''

''मनत होती माय –'' आपल्याशीच बोलल्यासारखी जानकी म्हणाली, ''का, भौबीजीच्या रोजी माहा भौ आलागिला त त्याच्यासाठी कपडामपडा बलावीन–मून!'' ती पुन्हा म्हणाली, ''तसं त म्या माह्या माल्कीनच्या कानावर घालून ठुलं मना–पन ऐन वक्तावर देते आन् नाई देत–थ्या बामनाईचं मोठं नेमानेखाचं असते. मून एक असो धारजीनं मून तुले इचारून ठिवतो. मन्लं तं–''

जानकीचं संपायच्या आतच रुक्मी विश्वासानं म्हणाली, ''तुले भौबीजीले लागन्ना?''

''हौ.''

''त मंग तसं काबा नाई सांगत? लान आये अजून भौबीजीले–तंवरी त इकडची दुनिया तिकडे होते. बुवा आन्नार नाई?''

''त मंग, देसीन्ना?''

''देईन्ना त–''

जानकी कृतज्ञतेनं म्हणाली, ''देजोओ माय रुक्मे! तसं पायल्याले म्यां मांगितलेई नसते. पन औंदा नख्खीच येतो मून माह्या भावाचा निरोप आल्ता. वाट्टे का माय, त्याच्या हातांत जर का म्यां एखांदा वारभर कपडाई नाई देल्ला त मी त्याची बईनच कायले झाली मनाव्!''

असं जानकी बरंचसं बोलली आणि तिथनं जाताना दोन रुपये देण्याचं

आश्वासन मिळवून आपल्या घरी आली. पाहता पाहता तो दिवस संपला. लक्ष्मीपूजनाचाही दिवस संपला. बलिप्रतिपदा आटोपली व शेवटी भाऊबीज नावाचा दिवाळीतला शेवटचा, आळसाची कात चढलेला दिवस उगवला. त्या सकाळी कामाच्या वाटेनं लागण्यापूर्वी महादेवला त्याच्या आश्वासनाची आठवण करून देताना जानकी म्हणाली, ''काओ, केली कुठीसा सोय?''

''कायची?''

''हेऽघ्या-'' ती मान झटकून स्वत:शी बोलली, ''याले मंते-लबाडाईचं आवतन जेवल्यावर खरं-''

लक्षात न घेऊन महादेव म्हणाला, ''काबा, म्यां कायची लबाडी केली तुह्यासंगं?''

''तुमी मने ना का दोनक रुपये कोनापासून उसने आन्तो मून?''

''अरे हो'' महादेव म्हणाला, ''मन्लं होतं खरी-''

''मंग?''

''मंग काय, नाई जमलं!''

तशी डोक्यावर आठ्यांचं जाळं झाकळून-पण महादेवऐवजी शेषाला म्हणाली, ''पोट्ट्या,' तू रायसीन्रा घरी?''

''हौ.''

''त मंग, घर सोडून कुठीसा जाऊ नोको.''

''खेयालेई?''

''नाई. आच्च्या रोज आपल्या आंग्नातच खेयजो-'' ती थांबून वाटेकडे लांबवर बघून म्हणाली, ''पायजो, तुहा मामागिमा यीन त त्याच्याकडे ध्यान ठुजो.''

''बरं-''

''आन् आलाच एखांदा त मले बल्वाले येजो.''

''वकीलसायेबाच्या घरी?''

''हो.'' ती पुन्हाही सडकेकडे बघत म्हणाली, ''आन् थो आलाच त त्याले तपिली भरून पानीगिनी देजो पाय धुवाले. मंग वस्त्रीत वायक अथारून बसाले सांगजो-''

''हौ.''

''का, हौच?''

''नाईओ.''

''थेच मंतो.'' जानकी समाधानानं म्हणाली. नंतर नव्या वस्तीत जाणारी वाट तुडवू लागली. ती वाट पहिल्यांदा स्टेशनवर जात असे, मग नव्या वस्तीकडे. त्यामुळे साहजिकच प्रवाशांचे काही जत्थे उलट दिशेनं येताना जानकीला दिसत होते.

त्यांना ओलांडताना ती त्यातली प्रत्येक मुद्रा बारकाईनं न्याहाळत-निरखत होती. अपेक्षाभंगाचं दुःख गिळत पुढं चालत होती. असं बरंच चालून झालं. स्टेशनकडून येणारे जत्थे विरळ झालेत. तेव्हा न राहवून तिनं एका वळकटी तोलणाऱ्या प्रवाशाला विचारलंच, ''काजी, आता आला थे गाडी कोन्त्या गाऊन आलीजी?''

''नागपूरहून.'' तो म्हणाला, ''का?''

''नाई.'' ती आपली चूक सुधारण्याच्या भानगडीत पडून पुन्हा चूक करून गेली, ''मले वाटलं का धामनगावाऊन आली.''

''हो. धामणगावही रस्त्यात लागतं, नागपूरहून येताना.''

ऐकताच जानकीच्या चेहऱ्यावर काळजीचं काजळ दाटलं. त्यातही तिनं आशेचा काजवा हाताळला, ''आता धामनगावाऊन येनारी गाडी नाई का''

''का नाही? पुष्कळ गाड्या आहेत.''

''थेच मंतो.'' पुन्हा जानकीच्या चेहऱ्यावर आशेची तकाकी चढली. त्या भरात तिची पावलं पूर्वीपेक्षा जरा जोरानंच उचलल्या जाऊ लागली. पाहता पाहता ती आपल्या कामावर पोचली. कामं करू लागली. तो दिवस तिला वर्षाएवढा दीर्घसा जाणवू लागला. संपता संपेना. कामात लक्षच लागेना. म्हणूनच कोणत्याही कामास आरंभ करण्यापूर्वी ती आपल्या घरच्या दिशेनं-लांबवर बघे, तेव्हा तिच्या दिशेनं घाईघाईनं येणारा शेषा दिसे. दुसऱ्याच क्षणी ती भानावर येई अन् तिच्या मनःपटलावरील वाटेत दिसणारा शेषा नाहीसा होई. मग हातांतल्या कामाची जाण घेऊन ती काम करू लागे. उसाशांच्या तालावर.

कसाबसा तो दिवस संपला. झाक पडल्याचं पाहून तिनं घराची वाट सावरली. घाईघाईनं घरी आली, तेव्हा शेषा अंगणात ओणवा झाला होता. त्याच्या हातातला दगड पाहून ती म्हणाली, ''कारे, गोटा काबा उचल्ला?''

''थो हड्या पाय बरं-कवापासून वस्त्रीवर बसून बोंबलून रायला त-''

''बोंबलते त त्याच्यात तुह्या बापाचं काय गांठोडं जाते?'' आणि त्याच्यावर जानकीनं शिवी सोडली, ''उब्बाऱ्यावानाचं!'' नंतर ओसरी-घर सारं न्याहाळून विचारलं, ''कारे, कोनी आल्तं?''

“नाई.”

“कोनीच नाई आलं?”

“नाई. मी इथीसाच त होतो, दिवसभर–”

ह्याकडे लक्ष न देता जानकीनं ओसरी ओलांडली. दिवा लावला. मग पणत्या काढल्या. वाती वळल्या. त्या तेलात बुचकळू लागली. काढू लागली. ह्यातलं एकेक काम करताना ती सतत रस्त्याकडे बघत होती. सुना सुना रस्ता बघून उसासा सोडत होती. दिवे लावून झाले होते तरी ते अंगणात नेऊन ठेवायला तिच्याकडून उठवत नव्हतं. भान हरपल्यागत ती पणत्यांच्या वातीवर थरथरणाऱ्या ज्योतीकडे बघत होती. शून्य, बधिर दृष्टीनं. तितक्यात स्वतःच्या अंगणातली पण आकाशात बघणारी रुक्मा ओरडली, “अओ जानके! बीज–बीज, पाहाले येओ लौकर! नाई त ढगात जाते–”

रुक्मीच्या दुसऱ्या की तिसऱ्या सादेला जानकी भानावर आली. हातातल्या पणत्या ओसरीत ठेवताना रुक्मीला म्हणाली, “म्या त अजून आरतीही नाई काहाडली ओ, बिचारे!”

“नसू नसली त –” रुक्मी ढगांआड लपू बघणाऱ्या चंद्रकोरीवर नजरेचा नेम धरून म्हणाली, “माह्या आरतीतून करून घे ओवायनं. लवकर लवकर ये–”

रुक्मीचा उत्साह कोमेजू नये म्हणूनच जानकी तिकडे गेली. रुक्मीच्या आरतीतून गंधाक्षता वाहिल्यावर आणि नारळ कपडा ओवाळल्यावर आपल्या लुगड्याची दशी तोडली. ती आकाशात उडवून म्हणाली, “जुनं घे–आन् नवं देजो बाप्पा देवा!”

आणि जानकी आकाशाकडे, ढगांत लपणाऱ्या चंद्रकोरीकडे बधिर दृष्टीने पाहू लागली. तेवढ्यात रुक्मीनं तिला विचारलं, “काओ, तुले दोन रुपये लागत होतेना?”

“लागत होते–पन–” हातांतली आरती परतवताना जानकी म्हणाली, “आता नाई लागत.”

“जानराव नाई आला वाट्टे?”

“थोऽ यीन–” आतावर रोखून धरलेला संताप सोडून ती म्हणाली, “एक त माह्या तेरवीले–नाई त दसव्याले. तंवरी नाई येत थो माह्या दाट्ट्यात–”

आणि ती भरकन् आपल्या घरात शिरली. उतरंडीवरची तीन मडकी

उचलली. आपटल्यासारखी जमिनीवर ठेवली. चौथ्याच्या तळातून फडक्याची गाठोडी काढली. ती काढताना झटक्यात म्हणाली, ''येरे शेष्या, फराय कराले.''

नंतर गाठोडीची गाठ उकलताना अर्धवट आपल्याशी, अर्धवट शेषाशी बोलू लागली,

''नाई आला त नोको येऊ मना! थेच उरलं त माह्यं लेकरूं आन् नवरा खाईन बाऽ बाबा!''

❑❑

पा व सा ळा

पावसाची कुरबूर सुरू असते. आभाळात पाणी दिसत नाही. पिंपळाच्या झाडाकडे, अंधाराकडे पाहिलं की, पाण्याचे तिरके थेंब धावताना दिसतात. छपरावरचे टपोरे थेंब दाट्ट्यात टपटप करीत असतात. ते नागमोडी अंगाकृती करून सरकणाऱ्या शिदोडांच्या अंगावर पडतात. थेंबाच्या रट्ट्यानं शिदोडांच्या आकृत्या बदलतात. थेंब सारखे टपकत असतात. आभाळ ढगांनी खच्च असतं. झाडावरून हात पुरेल इतक्या जवळून ढगांचा धूर पळत असतो. मिलच्या भोंग्यातून निघणाऱ्या काळ्या धुरासारखा.

सकाळचा आठ साडेआठचा सुमार असतो. तरी झाकटीची जाणीव होते. मी वाकळीवर लोळत असतो. अंगापायाखाली ढुसा दुमडून. हे मायला आवडत नाही. ती ओरडते. माझ्या अंगावरचा ढुसा फरफटते. मी जागा होतो. किलकिल्या डोळ्यांनी वातावरण न्याहाळतो. माझ्या बाजूच्या बोथरीवर तात्या बसलेला असतो. त्याची पाठ कुडाला टेकलेली असते. पाय कधी लांब तर कधी पोटाशी दुमडलेले असतात. अंगाला फाटकी सतरंजी लपेटलेली असते. बोटांच्या चिमटीत विडी असते. लोक सिजर ओढतात तशी तात्या विडी ओढत असतो. कुठं तरी बघत असतो.

मी भानावर येतो. कारण मायनं एकाएकी माझ्याखालची वाकळ ओढली असते. मी हात टेकून तोल सावरला नसता तर जमिनीवर आडवा झालो असतो. वाकळ फरफटताना माय खेकसते, ''चाल ऊठ! जोगड्यावानी पसरू नोको, धा-धा वाजेठावरक!''

बाजूच्या तात्याची तंद्री भंगते. तो विडीचा झुरका मारतो. मायकडे रोखून पाहतो. पुन्हा शून्यात दृष्टी खुपसतो. बोलत नाही.

मायनं सातऱ्या काढल्या असतात. ती घरातल्या कामाला लागते. चुलीवरून पोतेरं घेते. सारवावं लागत नाही. कारण त्यात खूप ओल आहे. रात्रभऱ्यात आमच्या वाकळा ओलसर होतात. म्हणून या घराला पावसाळ्यात सारवावं लागत नाही. माय चुलीवरून पोतेरं फरकाडते. मग दुसरं काम. ती

काम करीत असताना सुशी तिचा पदर धरून मागं मागं फिरत असते. तिची 'भूक लागल्याची' ठुणठुण चालू असते. माय तिला म्हणत असते, "होनाओ! देतोना तुले खाले! उठला जोगी बसला परोळी आन् हात फिरवते रोडग्यावरी! - काई तोंड नाई धुवाचं का x x नाई धुवाजी जा-आगूदर तोंड धूऽ-"

पण सुशी ऐकत नाही. मायचा पदर सोडत नाही. माय आपलं काम टाकून तिला खायलाही घालत नाही आणि हातचं काम सुरू असताना, येता जाता तात्याला म्हणते, "मंग देता का चहागुयाले पैसे?"

तात्या तंद्रीतून बाहेर येतो. विडीचं थोटुक जमिनीवर घासतो. उरलेलं कानाच्या पाळ्यावर ठेवतो. असलेच पैसे तर मायला म्हणतो, "पाय बरं कोटात!"

मग माय तात्याच्या कोटात अर्धा हात खुपसते. ज्या वेळी तात्यानं कोट बघायला सांगितलं असतं. त्या वेळी त्याच्या कोटात आणा-दोनाणे असतात. ते काढून माय विचारते, "काओ, किती पैसे आये?"

"किती आये?"

"मले का माईत?"

"त्यां पायले ना?" तात्या गालात जीभ घोळवतो. म्हणतो, "आये दोन आने..."

तात्याचं खरं असलं की माय मानेला हिसका देते, "तस्से मोठे आहानाओ! इकडची कवडी तिकडे नाई होत!"

यावर तात्या गालात हसतो. मायनं मानेला हिसका देऊन असं नाही म्हटलं तर तात्या विचारी मुद्रा करून विचारतो, "माई आन?"

माय हातातले पैसे पुढं धरते. दाखवून म्हणते, "तुमची आन बा! एका आनुल्ल्यासाठी का खोटं बोलन, मी?"

तात्या पैसे बघतो, कोटात आणखी बघायला सांगतो. प्रयत्न फुकट जातात. तात्या विचार करतो. खूप विचार कर करून रात्री आणलेल्या वस्तूंची यादी आठवली जाते. माय त्याच्या मदतीला असतेच. तरी त्याचा एक आणा सापडत नाही. त्यासाठी तात्या अन् माय खूप आठवणी घेतात. तरी हिशेब जुळत नाही. तात्या बुचकळ्यात पडतो, "एक आना काय झाला बा!"

"चांगली याद घ्या!" माय म्हणते.

मग दोघंही विचार करू लागतात. माय पुन्हा एकदा-रात्री आणलेल्या

वस्तूंची आठवण घेते. तात्याजवळ किती पैसे होते, ते विचारते. पाहता पाहता हिशेब मिळतो. माय म्हणते, ''आन् बिड्या कायच्या आनल्या?''

तात्याला आठवण होते. तो कबुली देतो, ''अरे होऽऽ-''

माय अभिमानानं तात्याला वेलावते, ''ॲरॅ हॅं!''

तात्या खजिलपणे गालात हसतो.

पण आज तसं काहीच होत नाही. मी उठल्यापासून आता तिसऱ्यांदा माय तात्याला विचारते, ''मंग, देता का पैसे?''

तात्या खिन्नपणे उत्तरतो, ''माह्यापाशी एक पैसा नाही. होते तितके कालच देल्ले.''

माय बोलत नाही. बेपर्वाईनं आपल्या कामी जातोसं भासविते! बाहेर जाण्यापूर्वी तात्याच म्हणतो, ''मंग?''

माय उत्तर देत नाही. थांबते मात्र. तात्याकडे बघण्याचं टाळते. तात्याच म्हणतो, ''मी काय मंतो?''

''मनत असान!'' माय जाऊ लागते.

''आयकून त घे!''

''ह. काय मंता?''

''तुह्याजवय असन त-''

तात्याकडे न बघता माय म्हणते, ''माह्याजवय कुत्‌चे बापा पैसे! आता का मी निंदाले जातो का कापसाले जातो त माह्याजवय पैसे राईन!''

तात्या सुन्न होतो. असलाच कानावर विडीचा तुकडा तर पेटवून झुरके मारतो. उदासपणे आकाशात बघतो. पावसांच्या थेंबाकडे बघत माये म्हणते, ''उठा, मले सात्रडं काढू द्या!''

तात्या निराशेचा हुंकार देत उठतो. तपेली घेऊन विडीचे झुरके मारीत मारीत आखराच्या वाटेनं लागतो. आल्यावर हातपाय धुतो. अंगावर कपडे घालतो. पुन्हा त्याच कुडाशी टेकून बसतो. विरघळल्यासारखा बऱ्याच वेळानं जडपणे मायला म्हणतो, ''जाऊ मंग?''

माय तनख्यानं म्हणते, ''मल्ले नोका पुसू!''

तात्या नाइलाजानं उठतो. पांढऱ्या कापडाची टोपी डोक्यावर ठेवतो. त्याच्या टोपीला सुया असतात. त्यांना सुताचं शेपूट पण असतं. मग तात्या फाटकी छत्री हातात घेतो. वळचणीखाली उभा राहतो. दाराच्या चौकटीवर एक हात ठेवतो. एकदोनदा आतबाहेर बघतो. त्या वेळी तो बहुधा जावं की न जावं असा विचार करीत असतो.

हे सारं माय बघत असते. हातातलं काम टाकून ती तात्याची हालचाल निरखत असते. त्यानं पाय बाहेर टाकला की त्याला ऐकू जाईल एवढ्या मोठ्यानं मला म्हणते, ''घेरे नामा! दुकानात जा. आन् दीडा पैशाचा गूय, अदल्याचा चहा न् पैशाभऱ्याच दुधई आनजो!''

गालात जीभ घोळवीत तात्या आत येतो. कुडाशी बसतो. हसून मायला म्हणतो, ''एखांद्या पैशाकभऱ्याच्या बिड्याई बलाव!''

माय बोलत नाही. मी तिला विचारतो, ''हो ओ मा?''

तात्या माझ्यावर ओरडतो, ''अबे हो ना!'' मग हसून मायला म्हणतो, ''काओ नवते ना तुह्याजवळ पैसे?''

''आयेना. खमुरीच त आनून ठुली तुमी मायाजवय? मंग पैसे कसे नाई राईन!''

मग चहा होतो. चहा घेतल्यावर तात्याचे पाय रेंगाळत नाहीत. म्हणून आता मायच त्याला विचारते, ''काओ, नामाले कई धाडू दुकानात?''

तात्या खूपच विचार करून सांगतो, ''धाडनं दोनक वाजता.''

आणि छत्री उघडतो. दुकानाच्या वाटेनं चालू लागतो.

तात्या गेल्यावर माय सकीनाकडे जाते. त्या वेळी कधी सकीना भाता ओढत असते, तिची पंधरा वर्षांची पोरगी बानो ऐरणीवर घण मारीते असते, तर कधी बानो भाता ओढत असते व सकीना घण घालीत असते. नाही तर कधी तिचा माझ्याएवढा मुलगा रुस्तम भाता ओढत असतो. त्याचा बाप ऐरणीवरचं भट्टीतून उपसलेलं तांबडं-लाल लोखंड अरतपरत करीत असतो. असं असलं म्हणजे बानो घरात भाकरी भाजत असते. बानो भाकरी भाजत असली, त्या दिवशी तिचा बाप आणि माय वावरात कामाला जाणार असतात. त्यांचं लोहारकामावर निभत नाही, म्हणून दर पावसाळ्यात दोघंही नवराबायको वावरात जातात. गावातलं कुणाचं घाईचं काम असलंच तर वावरात जाण्यापूर्वी भट्टी पेटवतात. आज तसंच काहीसं असावं.

पानाच्या निमित्तानं सकीनाकडे गेलेली माय भट्टी पाहून विचारते, ''आज कुत्च होका घेतलाओ?''

भाता थांबवून सकीना सांगते, ''भिमराव पाटलाचा.''

''मंग, भट्टी काबा पेटवली?''

''पाटलाच्या डवऱ्याले पासा नाई कानं!''

''मले वाटलं का आज होकाच नाई!'' माय म्हणते, ''आन, पानमान असन त.''

सकीना चंची काढते. तिच्या चंचीत पानं नाहीत, असं कधी नसतं. नसला तर काथ किंवा सुपारी नसते. पण त्यावाचून तिचं पान खाणं अडत नाही. मायला सारंच हवं असतं. मग काही सकिनाजवळचं, काही मायजवळचं असं करून मायचं पान पूर्ण होतं. एकीकडे सकीना भाता ओढत असते. दुसरीकडे मायशी गोष्टी होतात. वावराशेतांसंबंधी. असं कासमची भट्टी विझेस्तोवर चालतं. मग सकीना घरात जाते. माय निरोप घेऊन घरात येते.

माय घरात आली की मला भूक लागते, त्यापेक्षा रात्रीचा भातच माझ्या डोळ्यात जास्त सलत असतो. कारण भात आमच्याकडे क्वचित होतो. ती घरात आल्यापासून मी तिला भूक लागल्याचं सांगत असतो. एकदा सांगितल्यानं खायला घालण्याचा मायचा निमयच नाही. सारखं. 'मले भूक लागली मले भूक लागली,' असं टुमणं लावावं लागतं. तेव्हा कुठे माय जेवायला घालते. जेवताना सुशी खूप भात मागत असते. खायला मागत असते. जेव्हा माय तिला दगडी किंवा कधी भाताचा गंजच रिकामा करून दाखवते, तेव्हा सुशीचं समाधान होतं. तसं आज भाताचा गंज दाखवल्यावर झालं. माझं जेवण झाल्यावर माय विचारते, "कारे, किती वाजले असन?"

"मले काय माहीत!"

"मारवाड्याच्या घरून इचारून ये बरं!"

मी आल्यावर सांगतो, "बारा."

"बाराच?" मायचा स्वर दुःखी असतो. "मले वाटला, वाजला असन दिडकखांड!"

मग ती आम्हाला पाय चेपायला लावते. पाठ खाजवायला लावते. डोळे मिटून वाकळीवर पडल्यापडल्या सुशीला उगीच म्हणते, "बाई सुशे, माह्या डोक्स्यात उवा पाय बरंओ, बाई!"

सुशी खरोखरच उवा पाहिल्यासारखं करू लागते. मायचे केस चिवडू लागते. बघता बघता मायला झोप लागते. निदान मी समजतो, त्यामुळे हळूच तिथनं सटकू पाहतो. मायला झोपेची गुंगी असली तर मी सटकू शकतो. नाही तर ती डोळे न उघडता नि माझ्याकडे न बघता म्हणते, "नामाऽ! तू चाल्ला पन, आ?"

मी दारातून परततो. मायचे पाय चेपू लागतो. पण आज तिला झोप लागली असावी. मी तिथून सहज सटकलो.

मी सकीना मावशीकडे येतो. रुस्तमबरोबर खेळत बसतो. आजूबाजूच्या झाडाझुडपांत फिरणं, आंब्यांच्या कोयांना फडदोडे फुटल्याचं दिसताच त्या

जमिनीतून उखणनं, वरचं टोकर काढून फेकणं, त्यांना पाणी टाकून टाकून दगडावर घासणं, चापट झाल्यावर स्वच्छ धुऊन काढणं, मग त्यांत आंब्याचं कोवळं पान घालून त्यांच्या पुंग्या करणं. पण पाऊस पडत असला की आम्हाला काट्या-कुंपणाशी भटकता येत नाही.

तेव्हा आम्ही कासमच्या भात्याआड काही तरी खेळत असतो. कधी कधी आमच्यात सकीनाची बानोही भाग घेते. पुंग्या दुरुस्त करून देते. पाळीव गोगलगाईंना बाहेर सोडते. रुस्तमची गोगलगाय मोठ्यानं पळते की माझी, अशी शर्यत लावते. कधी कधी आम्ही खेळत असताना पावसाचा जोर वाढतो. भात्यावर ओसाड येते. बानोची ओसरी चिंब होते. बसणं कठीण होतं. असं झाल्यावर बानो आम्हाला घरात नेते. ओसाड आत येऊ नये म्हणून दार लावून घेते. अंधारात आम्हांस खेळता येत नाही. नुसते बसून असतो. पावसाला अधिक जोर चढतो. वातावरण धुवाधार होतं. असं झालं म्हणजे बानोला थंडी वाजते. ती मोडकी खाट पसरते. झोपते. मला नि रुस्तमला खाटेवर झोपायला लावते. आम्ही नाही म्हटलं की, ती जुखाम होण्याची भीती सांगते. बळेच ओढून खाटेवर आडवं करते. माझ्याकडे तोंड करून तीही झोपते. अंगावर घोंगडी घेते. पांघरुणात मी खुसपुसतो. जातोसं सांगतो. पण बानो जाऊ देत नाही. मला पोटाशी ओढते. ''सो-सो-'' असं हबकत म्हणत असते. असा बराच वेळ जातो. तशात कुणी तरी दार खडखडावतं. बानो घाईघाईनं उठते. दबक्या आवाजात मला उठायला सांगत. दार उघडलं जातं. तिथं कधी माय उभी असते. आता सुशी आहे. ती मला म्हणते, ''नामा, तुने मायनं बनावलं...''

''येतो. कायले बलावलं?''

''काय माईत.''

''जा, आगूदर इचारून ये!''

सुशी खरोखर जाते. सोबत मायला घेऊन परतते. माय डोळे रोखून खेकसते, ''सांगू का तुले कायले बलावलं त? तुहं पोट भरलं मून होय वाट्टे, आं!''

मी काही समजत नाही.

तीच म्हणते, ''काऊन, दुकानागिकानांत नाई जा लागत का?''

''हो!''

''मंग, कई त?''

मी भिजत भिजत दुकानात जातो. बापूरावच्या मिसनीवर तात्या काम

करीत असतो. हेच तात्याचं दुकान. पावसाळ्यात तात्या बहुधा रिकामा बसला असतो. कधी मिसनीवर. कधी कपाड कापण्याच्या लाकडी पाट्यावर. तो पाट्यावर बसून असला म्हणजे, बापूराव मिसनीवर बसला असतो. बापूरावचे जरठ, केसाळ पाय मिसनीच्या तक्त्यावर सताडपणे ताणले असतात. धोतर मांड्यांपर्यंत वर ओढलेलं असतं. दोघंही विड्या फुंकत असतात. लांबलांब हातवारे करून बापूराव गप्पा ताणत असतो. तात्या नुसता ऐकत असतो. बापूरावच्या गप्पा ऐकताना तात्याच्या मुद्रेवर कुतूहल चकाकत असतं. कधी तात्या मिसनीवर बसून कुडतं नाही तर बांडीस शिवत असतो. त्या वेळी बापूराव पाट्यावरच कपडा कापत असतो. कपड्याला टेप लावून बघत असतो. त्यावर तिरक्या, अर्धगोलाकार रेषा ओढत असतो. कधी सगळं काम बापूरावच करतो. तात्या नुसताच बसला असतो.

पावसाळ्यात असंच असतं बहुतेक मिसनीवर. सहसा कापड शिवायला येत नाही. आलं तर प्रथम मिसनवालाच ते शिवायला घेतो. त्याला वाटलंच तर कारागिराला देतो. नाही तर कारागीर नुसता मालकाच्या गप्पा ऐकत बसतो. तसाच तात्या आता बसून आहे. मी आल्याचं त्याला माहीत आहे – पण त्यानं अजून माझ्याकडे पाहिलं नाही. असा बराच वेळ जातो. तात्या बापूरावच्या गप्पांत रंगल्याचं दाखवतो. न राहवून मी काही तरी बोलण्याचा प्रयत्न करतो. माझं पुरतं न ऐकताच तात्या हातानं मला गप्पवतो. मला गप्प राहावं लागतं. असा खूप वेळ जातो. मी कंटाळतो. तात्यासमोर काही बोलता येत नाही. आळीपाळीनं त्या दोघांच्या चेहऱ्याकडे बघत असतो. आरोळ्याजांभया तर सारख्या सुरू असतात. असा घंटा दीड घंटा गेल्यावर तात्या संधी साधून बापूरावला म्हणतो, ''टेल्लर, तुमच्यापाशी दोनक आने आये का आताचे?''

बापूरावच्या बोलण्यातला उत्साह आटतो. बराच वेळ तो बोलत नाही. बोललाच तर खिसे चाचपडत म्हणतो, ''आऽने-त नसन वाटते!''

''पाहाना आताचे!'' तात्याच्या स्वराविर्भातून आशा डोकावते, ''पोऱ्यापाशी द्याचे होते...''

कशी कुणास माहीत, बापूरावच्या कनवटीतून खूप घड्या पडलेली पण नवी कोरी रुपयाची नोट निघते. तो म्हणतो, ''चिल्लर करून ना लागन!''

''आना, मी बलावतो पोऱ्याखून.''

''तसं कायले करता-'' बापूराव तात्यापाशी नोट देताना औदार्यानं

म्हणतो, ''त्याले रामाच्या होटलात धाडा अन् एक कप चहा घ्या बलावून. अर्धा अर्धा देऊ लेकाले मारून!''

मी चहा सांगून येतो. उरलेले पैसे तात्यापाशी देतो. ते तो बापूरावच्या सुपूर्द करतो. मग बापूराव ते दोन वेळा मोजून काढतो. त्यातले दोन आणे तात्याला देतो. ते तात्या लगेच माझ्यापाशी देत नाही. हातात घेऊन बसून राहतो. पुन्हा बापूरावच्या गप्पात तल्लीन झाल्याचं भासवतो. ऐकताना कधी, ''भलतीच झाली मनाची!'' तर कधी, ''तुमी होते मून बरं झालं'' किंवा ''आमच्यासारख्याई लाताच खाआची पायी आली असती!'' असं सारखं म्हणत असतो. मधूनच बापूरावच्या गप्पांत खंड पडतो. तसं झालं म्हणजे तात्या म्हणतो ''थांबा, मी पोऱ्याले रवाना करून येतो!''

तात्या बाहेर पडतो. मी असतोच. आम्ही एका गल्लीत–एकांतात जातो. तिथं तात्या चोरट्या आवाजात विचारतो, ''कारे, जेवला?''

''हो.''

''काय–काय?'' मी सारं सांगतो. ऐकून झाल्यावर तात्या आणखी विचारतो, ''आन् हे?''

''माय? थे नाई जेवली.''

''काई नसनच तिच्यासाठी?''

''नाही.''

तात्या आभाळाकडे पाहतो. विचार करतो. आणेल्या देऊन म्हणतो, ''हे नाम्या बहमुंबाच्या दुकानातून सहा पैशाचे फुटाणे आन् दोन पैशाचे मुरमरे घेऊन चा तुह्या टोपीत. तिलेच खाऊ देजा... नाई त मले मले करान...''

मी टोपीत फुटाणे मुरमुरे घेतो. असे रोजच घेत नसतो. तात्या मिसनीवर बसून काही शिवत असला तर–तो आजच्यासारखं मला जास्त वेळ थांबवत नाही. मला बघताच मिसनीवरून उठतो. बापूरावपासून पैसे घेतो. डोक्यात टोपी घालतो व हातात दुकानात नेहमी पडून राहणारी एक थैली घेतो. मला म्हणतो, ''चाल बरं माह्यासंगं!''

आम्ही किराण्याच्या दुकानात जातो. तिथून तात्या डाळ, तांदूळ कधी पायलीकखांड जोंधळे अन् छटाकभर बेसन घेऊन देतो.सोबत चारपाच आणेल्या देतो व काही लागलं सवरलं तर त्यांतून घेऊन यायला सांगतो. एकदा मी अशीच थैली घेऊन घरी आलो तेव्हा माय गिरजा भोईनच्या दाङ्ग्यात उभी होती. तिला पाहून मी घरी न जाता तिथंच थांबलो. थैलीकडे पाहून गिरजानं विचारलं; ''कारे, काय होय?''

होतं ते मी सांगितलं. भोईननं मायला कळकळीनं विचारलं, ''काओ, अजून जेवली नाई, तू?''

''जेवली.''

''खोटं नोको बोलू. दाने त आता आनले, पोरानं?''

''रातचं होतं-थे खाल्लं.''

''थेच मंतो.'' भोईन समाधानानं म्हणाली, ''पासी-तापासी नोको राहात जाऊं बरं... अगूदरच दोन जिवाची... कायनं ई झालं त? नसलं घरात त माह्यइथून नेत जा-पसाकखांड तांदूय! दोन जिवाच्या बायकोनं खाल्लं त काई कमी नाई होनार, माह्यं!''

ऐकून माय तिथं काही बोलली नाही. घरी आल्यावर मात्र मला थैली घेऊन तिथं का आल्याचं विचारलं. पुन्हा न येण्याचा दम दिला. तेव्हापासून दुकानातून येताना मी एकदम घरात येतो. तसा आताही दाट्ट्यात घुसलो. माय चुलीपुढं बसली आहे. चुलीवर तवा आहे. तव्यात पसाभर जवारीचे दाणे आहेत. ते माय फडक्यानं अरतपरत करीत आहे. तशी ती कोणतंही धान्य भाजून खात असते. तूर असो की हरबरे असो, जवारी असो की बाजरी असो. तशी माय आता जवारी भाजत आहे. माझी चाहूल लागताच ती आशेभरल्या उत्साहानं विचारते, ''कारे, काय मने?''

''फुटाणे आणले?''

मी टोपी पुढं ठेवतो. माय फुटाणे खाते. अर्धेधिक सुशी आणि मीच खाऊन जातो. मायच आम्हाला खायला लावते. खाल्ल्यावर ती दोन तांबे ढकाढका पाणी पिते. मग कुठं म्हणते, ''सिवनं गिवनं होतं का मिसनीवर?''

मी होकार भरला तर समाधानाचा अन् नकार भरला तर निराशेचा सुस्कारा सोडते. आता तो निराशेचा आहे.

याच क्षणापासून आम्ही तात्याची वाट पाहू लागतो. दुपारच्या चारापासून रात्रीच्या अकरापर्यंत तो केव्हाही घरी येऊ शकतो. ज्या दिवशी त्यानं मला तांदूळ, जवारी घेऊन दिलेली नसते-त्या दिवशी तो बहुधा येताना घेऊन येतो. कधी दळलेलं पीठसुद्धा आणतो. ते चक्कीतून दळलेलं नसतं. तिच्या तोंडाशी असलेल्या खोक्यात जे इतर दळणाऱ्यांचं सांडतं, ते असतं. जवारी दळवून घेण्यापेक्षा ते अर्ध्या किंमतीत पडतं. त्याच्या भाकरी खाताना दात कचकच करतात. म्हणून हे पीठ तात्या क्वचित आणतो. बहुधा तांदूळ-दाळ किंवा जवारीच आणतो. कधी जवारी घेऊन तात्या रात्री नऊ-दहा वाजता येतो. तेव्हा चक्क्या बंद असतात. उपास पडू नये म्हणून माय त्या जवारीच्या

घुगऱ्या करते. नुसती जवारी उकडून मूठमूठ घुगऱ्या सर्वांच्या पुढं मांडते. त्या मला व सुशीला आवडत नाहीत. पण चावतो कशाबशा. राहतो अर्धपोटी. कधी तर तात्या काहीच आणीत नाही. त्या दिवशी बहुधा आम्हाला माय एकादशी असल्याचं सांगते. आज उपास नाही केला तर शादलबुवा पाप देईल म्हणते. सुशी तोंड फाडून भोकांड पसरते. माय प्रेमानं समजावते, मारून बघते-पण ती ऐकत नाही. नाइलाजानं माय भोईनकडे नाही तर बानोकडे जाते. मागून आणलेली अर्धी भाकर खाताना सुशीला दाठ्ठ्याशी बसवून ठेवते. खाणं झाल्यावर तिच्याच हातानं तास्की धुववून घेते. पालथी मारवते. कधी कधी तर तात्यानं धान्य आणलं नसलं तरी देखील आम्हाला एकादशी करावी लागत नाही. कारण त्या दिवशी त्याच्या कोटात पैसे असतात. ते बेताचे असले की आम्हाला फुटाणे-मुरमुरे खाऊन राहावं लागतं. त्यामुळे कोणती रात्र कशी घालवावी लागेल हे तात्या घरात आल्याशिवाय नक्की होत नाही. म्हणून आम्ही त्याची सारखी वाट बघत असतो. दुपारच्या पाचापासून रात्री दहापर्यंत तो केव्हाही घरी येतो.

आज तात्या रात्री आठ वाजता आला. दाठ्ठ्यात पाय ठेवल्याबरोबर कोटाच्या खिशातला खुर्दा काढला. नोट-रुपया नसतोच बहुधा. तसा आताही नाही. खुर्दा मायच्या सुपूर्द करून तो मायला म्हणाला, "घे, बलाव काय बलावतं, थे!"

माय उगीच म्हणाली, "मी काय बलावू? बल्वाना तुमीच!"

तात्यानं खुर्दा मायच्या सुपूर्द केला. खिळ्याला कोट अडकवला. बोथरीवर हताशपणं टेकताना म्हणाला, "बलावू का नोको बलावू-"

मायनं खुर्दा बोथरीवर ठेवला. खुर्द्याच्या ढिगातून काही नाणी अलग काढताना स्वत:शी अन् काहीसं तात्याला म्हणाली, "हे झालं तांदुयाचे!"

आणखी काही नाणी काढली. म्हणाली, "हे झाले दाईचे!"

असेच मीठ, मिरच्या, तेल वगैरेच्या नावानं आणखी काही ढीग लागतात. खुर्द्याचा ढीग संपतो. माय विचारात पडते. तोंडावर उभं बोट धरून स्वत:शी—पण मोठ्यानं म्हणते, "आन् इंधन कायनं बलावूओ, माय?"

अन् तात्याकडे पाहाते. तो न बोलल्यामुळं पुन्हा तोच प्रश्न करते. तेव्हा तात्या जडपणे म्हणतो, "पाय, तेवढे पैसे आये. काय होईन थे कर, नसत होत थे राहू दे."

यावर माय विचारात पडते. काय सुचतं न कळे. सर्व ढीग मोडते. नव्यानं ढीग पाडायला सुरुवात करते. तांदळाऐवजी पीठ होतं. दाळीऐवजी बेसन.

बाकीचं जेचं तेच राहतं. ह्या कपातीतून दोनेक आणे वाढतात. पण तेवढ्यात इंधन येत नसतं. ती अधिक विचार करू लागते, "आता कसं करू?" असं तीनतीनदा स्वत:शी म्हणते. बराच वेळ जातो. शेवटी तात्या तिला मदत करू लागतो. दोनदा तोही हिशेब करून पाहतो. पण इंधनाला पैसे उरतच नाहीत. त्या वेळी तात्याला काय सुचतं देव जाणे. तो उमेदीनं म्हणतो, "आगूदर बाकीचं त बलाव्... इंधनाची इंधनाच्या साथ-"

असं तात्यानं अगदी पहिल्यांदा म्हटल्याचं ऐकून माय म्हणाली होती, "आन् चुलीत काय-माहे हातपाय घाला मंता काय?"

पण आता म्हणत नाही. तात्यानं सांगितल्याप्रमाणं, होतं तेवढ्या इंधनावर चूल पेटवते. मी आणलेले तांदूळ निवडू लागते. चुलीवर भातासाठी गंज मांडते. पण पाण्याला आधण यायच्या आधीच इंधन संपतं. चूल विझू लागते. हे तात्याला नि मायला माहीत आहे. चूल विझण्याची त्यांना परवा नाही. दहा साडेदहापर्यंत तिच्याकडे दुर्लक्ष होतं. कारण सकीनाच्या घरातलं बोलणं ऐकू येत आहे. भिवा भोई अजून खोकतो आहे. तुक्या जिनगराचं जेवण चालू आहे. हे सारं थांबल्याशिवाय आमच्या विझू पाहणाऱ्या चुलीकडे मायचं दुर्लक्ष होतं. ते अकरा-साडेअकरा वाजेपर्यंत असतं. मग आजूबाजूस शांतता होते. सारीजण झोपतात. जिकडे तिकडे शुकशुकाट होतो, तेव्हा तात्या उठतो. चोरपावलाने घराबाहेर पडतो. कधी भोयाच्या उडव्यातल्या चार गोवऱ्या, कधी तुक्या जिनगराच्या गोठ्यातल्या म्हशीपुढचे ओले धांडे, कधी सकीनाच्या भात्यापुढच्या तुऱ्हाट्या, तर कधी म्हाल्याच्या कुडाच्या कमच्या ओरबाडून-उचलून किंवा सावडून आणतो. अगदी पहिल्यांदा अशी पाळी आली त्या वेळी आम्ही दुसऱ्या घरात राहत असू. त्या वेळी तात्यानं पाहून आल्यावर मला म्हटलं, "नामा, धोब्याच्या घरापुढं पांजऱ्याचा खोका पडला आहे, थो आन्तं, उचलून?"

माझ्या आधी मायच बोलली, "तुमीच जा. माह्या पोराखून नाही होत असे धंदे."

आणि खरोखरच तात्या बाहेर पडला. चोरपायानं जाऊन धोब्याच्या घरापुढचा पांजऱ्याचा खोका उचलून आणला. हे धोब्याला कसं कळलं देव जाणे-लगेच तो, त्याचा मुलगा व बायको आमच्या दाट्ट्यात चाल करून आली. धोबी तर अस्तन्या सावरून तात्याला म्हणाला, "बाहर तो निकल! तेरकू बताता मजा!"

ते ऐकून तात्या उठला. पण माय दाट्ट्यात आडवी झाली. माझ्या हातानं

चुलीपुढचा खोका आणवला. तावातावानं धोब्यापुढे टाकला. तो उचलून नेताना धोबीण तोंडसुख घेऊ लागली. ते घेतघेत ती सर्वजण आपल्या घरात गेली. मग काही दिवसांनी आम्ही ते घरच सोडलं.

आता तात्या सर्वांच्या घरापुढून दोन दोन चकरा मारून आला-पण आणता येण्यासारखं त्याला काहीच दिसलं नाही. हातमनगटं चोळीत व विड्या फुंकीत तो घरातच बसून राहिला. आढ्याकडे शोधक नजरेनं बघू लागला. डोकं शिणवू लागला. विचार करताना मायला धीर देऊ लागला, ''इंधनाची त सोय केलीच पायजे!''

पाहता पाहता तात्याचं लक्ष आढ्यावर खिळलं. तिथल्या कुचक्या बाशांकडे तो बराच वेळ बघत होता. मग उठला. शक्यतो आवाज न होऊ देण्याच्या काळजीनं तो बासा तोडू लागला. त्यापूर्वीच मायनं दार बंद केलेलं होतं. बासा मोडण्याचा आवाज ऐकू येऊ नये किंवा तो एकदम घरमालकाला ओळखू येऊ नये, म्हणून मायनं भूकभूक करणाऱ्या सुशीच्या पाठीवर जोराचा रट्टा हाणला. सुशीनं भोकांड पसरताच बासा तुटला, आवाज फारसा झाला नाही.

नंतर मायचा सैंपाक होतो. आमची जेवणं होतात. तेव्हा जवळ जवळ बाराचा सुमार असतो. आधीच टाकून ठेवलेल्या अंथरुणांवर सर्वजण आडवी होतात. तितक्यात माय तात्याला म्हणते, ''उद्याच्या चहागुयासाठी आनादोनाने ठिवले ओ?''

''उद्याची उद्या...'' तात्या बेपर्वाईनं अंगावर पांघरूण ओढत म्हणतो.

पावसाची रिपरिप चालूच असते. वळचणीखाली टपटपणाऱ्या थेंबांचा आवाज पूर्वीपेक्षा अधिक भासत असतो.

◻◻

घा ल मे ल

शिवनेरवर काळोखाची काळी कात चढत होती. गावंढळ कुत्र्यांच्या विद्रूप केकाटण्यानं काळोखावर विक्षिप्त तकाकी येत होती. दोहोंच्या संस्कारानं वातावरणात भीषणता आपले अवयव ताणत होती. आकसी समाधानाचे घोट गिळत होती.

शेवंती परोळ्यात बसली होती. तिच्या पायांच्या दोन्ही अंगठ्यांत परात होती. परातीच्या अर्ध्या भागात आधण कालविलेल्या पिठाचा डोंगर होता. त्यात गुदमरलेली उष्णता वाफेच्या रूपानं रस्ता दिसेल तिकडे धावत होती. परातीच्या उरलेल्या भागात शेवंतीचे हात पीठ कुस्करत होते. कान ओसरीतली चाहूल घेत होते. काही समजण्याइतपत ऐकायला येतंसं वाटलं की, शेवंतीच्या सर्वच क्रिया गोठत होत्या. डोक्यातली ग्रहणशक्ती कानांवर केंद्रित होत होती. इतक्यात ओसरीतला पायरव तिच्या दिशेनं चालत आला. तोंडात दोन दात नसलेली दारकी रांधणीत आली. तोंडातला रकरपचा चोथा काढून शेवंतीला म्हणाली, "बाई, तुले बा बलावओ!"

"कायले?"

"मले का माईत!"

मग शेवंती हातोन्याच्या पाण्यात हात बुचकळून उभी झाली. पूर्वी खोचलेला घोळ चालताना मोकळा केला. मांड्यांवर हात कोरडवले. पाय न वाजविता मधलं घर ओलांडलं. झिंज्यांवरून हात ओढत दाराशी आली.

त्या दाराबाहेर ओसरी होती. तीत तढव पसरला होता. भिंतीच्या पायाशी गादीची गुंडाळी आडवी केली होती. लोडासारखी. तिला पाठ टेकवून गावातली काही जुनी खोडं बसली होती. हरिमास्तर मांडीवरच्या उपड्या पानावर चुन्याची बोटं संथपणे ओढीत होती. सखाराम शिंद्या, पुढ्यातल्या खलात पानाचा तांबडा लगदा कुटत होता. आणि सोमा आळीपाळीनं सर्वांकडे बघत होता. कुणीकडून बोलण्याची सुरुवात होते, हे हेरत होता.

तशात त्याला शेवंतीची चाहूल लागली. तो दाराआडच्या आकृतीस म्हणाला, ''आली? ये.''

ती हलली नाही. तोच म्हणाला, ''येनं असी-इथं का कोनी नवाडं आये?''

''तिथं का बसेना, बिचारी'' हरिमास्तर चुना लावण्याचं थांबवून व शेवंतीची चर्या न्याहाळण्याच्या अयशस्वी प्रयत्नात म्हणाला, ''बस. बस-तिथंच बस.''

तरी शेवंती उभीच. मग आणखी एकदोन आग्रह झाले. त्यामुळे शेवंतीचा नाइलाज झाला. काही उत्तर न करता ती जमिनीस टेकली.

किलकिललेली शांतता पुन्हा डोळे मिटू लागली. हरिमास्तरनं नखानंच काथ कुरतडला. दगडाच्या रड्यानं फोडलेली सुपारी तो पानात दुमडू लागला. सखारामनं खलातला तांबा लगदा हाताच्या तळव्यावर घेतला. सोमाच्या हातातल्या पानाच्या बोक्शाकडे खूण करून म्हणाला, ''घे-''

हरिमास्तर दोघांनाही उद्देशून म्हणाला, ''रामराम करा!''

रामराम झाला. पानांच्या बोकण्यांनी तोंडं हलू लागली, पिचकारली जाऊ लागली. क्षण उलटले. मग मात्र सोमाकडून राहवलं नाही. तो विषयाभोवती, आडमार्गानं घोटाळू लागला, ''तिखून याच्या वक्ती मोटार लवकर भेटली, तुमाले?''

सखारामची रवंथ मंदावली, ''बाप्पा, तिथं मोट्राईले काय कमी आयेगा!''

हरिमास्तरही म्हणाला, ''जे काय पंचाईत पडते, थे इथून जाचाच वक्ती...''

वातावरण हललं. फट पडली नि ती पाहून सोमानं विषयात मुसंडी घेतली, ''मंग, काय ठरवलं?''

सखाराम तृप्तीनं म्हणाला, ''काय ठरवा लागते, जे इथं ठरवून उमरावतीले गेलो, थेच.''

''त्यानं एकदम हो मनलं, का काई का-कू केली?''

मास्तर निर्मळपणे म्हणाला, ''बिलकूल नाई!''

सोमानं विचारलं, ''काई तरासगिरास?''

मास्तरनं समाधानानं मान डोलवली, ''सांगतो ना बिलकूल नाई मून!'' मग तो सखारामची पुष्टी मिळवू लागला, ''कागा?''

सखाराम बोलला नाही. काही तरी करावे म्हणून बूड उचलून अंगणाकडे

वाकला व त्यानं तोंडातल्या तांबड्याचा अंधारावर चाबूक ओढला. पुन्हा बूड टेकविलं अन् रवंथ करू लागला. जरा जोरानंच.

हरिमास्तर बोलत होता, ''आन् बोलन्याऊन त तुहा जवाई मोठा सिदा मानूस दिसलाबा आपल्याले, खोटं काबा बोलावू! आमची येवस्ताई चांगली ठुली. असं नाई, काबा हे माया सासऱ्याकडचे मान्सं होय-त्याच्याकडून बोलाले आले त याहीच्च्यासंगं कोन्त्या आडपडद्यानं वागाव् का याहीचा मानपान ठिऊ नोय! कागा सखाराम?''

सखाराम रवंथ थांबवून, अविश्वासानं म्हणाला, ''तुहं त सांगून होऊ दे आंधी!''

मास्तरनं विचारलं, ''काबा, मी काय वावगं बोल्तो काय!''

''पन असं मंते कोन्ता ससरीचा!'' सखाराम थांबला. सोमाकडे प्रश्नार्थक मुद्रेनं पाहिलं. विचारलं, ''कागा?''

''थेच मंतो-'' मान्तरनं गैरसमज कायम ठेवला, ''आम्ही उमरावतीले गेल्यापासून त याच्यावक्ती मोट्रीत बसेठावरक, असं नाई वाटलं का सोमाचं आन् शंकरचं काही बिनसलं आये मून! थो मांगं आये बिचारा, खोटं काबा बोलाव्!''

सोमाचा चेहरा कडवट झाला. त्यानं उगाचच बैठक बदलवली. खाकरला, थुकला अन् अतृप्त स्वराविर्भावात म्हणाला, ''हो, थ्या समद्या गोठी खऱ्या आये! थो लाखातला एक आये, पन आपल्या काय कामाचा?''

हरिमास्तरनं आखडतं घेतलं, ''थे झालं मना-पन एरी एक गोठ सांगत होतो.''

सोमाला जोर चढला, ''सूरी सोन्याची असली मून काई थे कोनी आपल्या उरात खुपसून घेत नाही! कागा सखाराम?''

''मीई थेच मनत होतो.'' सखाराम म्हणाला, ''थो कितीई चांगला असला त आपल्या कोन्त्या कामाचा, ऑ?''

मानेला एकीकडे झुकवून सोमानं समाधान व्यक्त केलं, ''हो-आत्ता कसं बोल्ला ना! मी मंतो, त्याचे दाखवाचे दात अल्लग आन् चावाचे दात अल्लग नसते तर त्यानं माह्या लेकीले दोन वर्षांपासून काबा इथं पडून राहू देल्लं असतं, ऑ?''

मास्तर बोलला नाही.

सोमानं पुन्हा विचारलं, ''का, खोटं बोलतो मी?''

''नाईगा-'' सखाराम म्हणाला, ''तुहं कोन खोटं मंते!''

सोमानं आता सखारामकडे तोंड केलं. रिकाम्या हाताचा पंजा पुढं करून विचारलं, ''का-माह्या लेकीत काई अयब आये, मनाव्?''

मास्तरला बोलावं लागलं, ''नाई नाई-असं कोन मंते थ्या पोरीले! लानपनापासून पाहात आलो आमी तिले!''

''नाई, ना?'' सोमा म्हणाला, ''मंग थो आमच्यासंगं असा काबा वागत असन मनाव् लेक्?''

कुणीच काही बोललं नाही, तेव्हा सोमानं तोच प्रश्न केला अन् सखारामकडे प्रश्नार्थक मुद्रेनं बघू लागला. नेहमीच्या पद्धतीनं, तोंडाचा आ करून.

आणखी एकदा आपल्या तोंडातलं तांबडं अंधारात पिचकारल्यावर सखारामनं आवेश भरून सबागत स्वरात म्हटलं, ''तुले एवढंई समजूं नोय? मंग त खूप झाली मनाव् लेक! अगा, किती झालं तरी थे शहरातलं पाखरू. लागली असन कुठीसा चटक-त्याले पोरगी काय करन, आ?''

ह्यावर कवाडाच्या आत हालचाल झाली. सर्वांनी तिकडे पाहिलं. त्या वेळी शेवंती आपली हललेली बैठक स्थिर करण्याच्या प्रयत्नात होती. खालच्या मानेनं जमिनीकडे बघत होती. तिकडे दुर्लक्ष करून सोमा म्हणाला, ''बस-बस. लाखात एक बोलला सखाराम!''

सखारामच्या स्वराविर्भावाला तजेला आला, ''त्याबिगर का तोंडातून अक्षेर काडताच फारकती देल्ही असन् त्यानं, आ?''

''मीई थेच मंतो-'' सोमा मास्तरकडे झुकून म्हणाला, ''पन मास्तरले नाई पटत.''

''तसं कोन मंते-'' मास्तर सावरू लागला, ''तुमच्या जवायाचं तुमाले माईत. माही काय घंटा दोन घंट्याची ओयख-त्याच्याऊन मनत होतो...''

सखाराम म्हणाला, ''पन आमी त ओयखतो का नाई, त्याले?''

पुन्हा मास्तरानं बांध घातला, ''जाऊ दे. आता काय त्याचं! आपलं काम त झालं ना-''

''नाई-नाई, एक गोठ सांगत होतो-त्यातली!'' सखाराम सोमाला म्हणाला, ''कागा, गोठई सांगाले काई गेलं?''

''नाई-'' सोमा म्हणाला. नंतर मास्तरला विचारलं, ''कागद आनला?''

''कागद, कायचा?''

''अगा, फारकतीचा-'' हेल काढून सखाराम म्हणाला, ''आन् कायचा?''

शेवंती पुन्हा हलली. खुसपूस झाली. आधीच सावरलेला पदर पुन्हा

सावरला. त्याच्या वळ्या पडलेल्या किनारींना साफ करू लागली. नीट करू लागली.

ओसरीत मास्तर म्हणत होता, ''वा! कागद आनला नाई त का-''

मग आपले खिसे तपासू लागला. सहज आत पाहिलं तेव्हा शेवंतीची त्वेषदार नजर त्याच्या खिशाभोवती घुटमळणाऱ्या हाताकडे बघत होती. काढलेला कागद सोमाच्या पुढ्यात धरून मास्तर म्हणाला, ''याच्यावर पोरीचा आंगठा पायजे!''

ते पुरतं ऐकण्याच्या आत सोमा म्हणाला, ''कागदं त दोन आयेगा!''

''हो.'' मास्तर माहिती पुरवू लागला, ''एक तिकडे पाठवा लागते - एक आपल्यापाशी ठिवा लागते.''

मग त्यानं दोन कागद वेगळे केले. एक सोमाच्या सुपूर्द केला. दुसरा दाखवीत सोमाला म्हणाला, ''याच्यावर शेवंतीले आंगठा कराले लावा-''

तसा सोमा दाराआतच्या शेवंतीला म्हणाला, ''बाई शेवंते, ये बेटा.''

शेवंती हलली नाही.

तो पुन्हा म्हणाला, ''ये. याच्यावर आंगठा दे!''

एक उसासा सोडून शेवंती बसक्याची उभी झाली. तीही त्यांच्याकडे-ओसरीकडे पाठ करून. तिच्या पायाचा अंगठा जमीन खाजवीत होता. डाव्या हातातला लुगड्याचा कोन उजव्या बोटाला गुंडाळला जात होता, तसा उकलल्याही जात होता. सोमा म्हणत होता, ''येतेऽऽ का, नाई?''

''येतो!'' शेवंती नुसतीच म्हणाली.

क्षणार्धानं सोमा म्हणाला, ''मंग कई त?''

तरीही शेवंतीचा अंगठा जमीन खाजवीत होता. लुगड्याचा पदर बोटाभोवती गुंडाळला-उकलला जातच होता. वारंवार.

❑❑

ता टा तू ट

तो कोणताही सुटीचा दिवस असतो. बरोबरीच्या पोरांसोबत मी भटकत असतो. तेव्हा बहुधा आम्ही बागबगीच्यांच्या वाटेला लागलेलो असतो. बगीच्यात संत्री, जांब, सीताफळं काय सापडतील ती फळं आम्ही चोरायला जात असतो. काट्याकुंपणं तुडवून, तार वाकवून एकानं आत शिरायचं. दुसऱ्यानं बागवानाची चाहूल ठेवायची. तिसऱ्यानं, पहिल्यानं तोडलेली फळं बाहेर फेकायची. चौथ्यानं ती थैलीत भरायची, भराभरा. या वेळी बहुधा मी चौथ्याचंच काम करीत असतो. पहिल्या-दुसऱ्याचं काम करण्याचं धाडस माझ्यात नसतं. तरी चटकेल जीभ किंवा आणखी काही तरी असेल मला सोबत्यांबरोबर फरकाटतेच. तसाच मी आजही फरकाटला जातो.

सरत्या शहरी, डामरी रस्त्याभोवती कलेवरं करून निवारा घेत असलेल्या उकिरड्यासारखी अस्ताव्यस्त छपरं येतात. ती मागे सारीत आम्ही सडक तुडवतो. मग अंधाऱ्या वड येतो. त्याच्या सावलीत काही पोरंपोरी अळ्यांसारखी वळवळत असतात. करड्या आवाजाची. जरठ चेहऱ्यांची. रट्टेघट्टे खाणारी-देणारी. कुण्या पोरीच्या अंगात जंपर अडकत असतं. कुण्या पोरीच्या अंगातला सडक्या कंतानाच्या रंगाचा लांबचलांब सदरा तिच्या पोटऱ्यापर्यंत लोमकळत असतो. कुण्या पोरीच्या टक्लाला शेणी रंगाचं रोगण थापलं असतं. त्यावर लुगड्याची चिंधी लपेटलेली असते. चिंधीवर माशा घोंगावत असतात. कुणी वर्तुळात बसून अदुलागदुला खेळत असतो. हातातल्या शेणाच्या गोळ्याला भोक पाडणं, मग शक्ती एकवटून तो जमिनीवर आपटल्यानं त्याचा फटाक्यासारखा आवाज फुटतो, मोठंसं भोकही पडतं. त्यात बाकीच्या पोरापोरींनी शेण भरून देणं. ही झाली गोळा फोडणाऱ्याची जिंक! जर का गोळा फुसका ठरला तर सर्व गोळा बाकीच्यांना वाटून द्यावा लागतो, ही झाली हार. मग दुसरा. तिसरा. कुणाचंही लक्ष खेळात नसतं. सडकेवरून गाडी ओढणाऱ्या बैलानं शेपूट वर केलं की, कुणीसा ओरडतो, "बैल हागते! आगूदर मॅ मनलं-बैल हागते!"

असे कैक आवजाज लोंबाझोंबी करतात. यात कधी कधी भांडणालाही तोंड लागतं.

इथवर मी येतो. मग मात्र पावलं जडावतात. नजर काही तरी शोधू लागते. छपराछपराखालच्या दाङ्ग्यादाङ्ग्यात, ओसरी-अंगणात, दिसेल तेवढ्या खोपट्यांत, खुपसता येईल तेवढी माझी जड नजर खुपसली जाते. त्यांतून निघणाऱ्या, रस्त्यानं चालणाऱ्या कोणत्याही लुगड्याकडे मी आस्थेनं बघू लागतो. एकदाची मुद्रा पाहीपर्यंत माझं कुतूहल दुमडून मी प्रत्येक चालत्या-हालत्या लुगड्याकडे बघत असतो. त्याच्या मालकिणीची मुद्रा दिसली की माझं मन निराशेनं गोठतं. पुन्हा दुसरं लुगडं.

तितक्यात माझ्या कानी थरथरता आवाज येतो, ''सुकदेव! आऽ सुक्या!''

मी हाकेकडे बघतो. होत्या जागी थांबतो. कारण माझ्या रोखानं माय पावलं टाकीत असते नि पुढं-मागं बघतबघत, घाईघाईनं चालते. मी वाडीतून परतताना ती अशी येत असली की तिच्या पदरात आंबाडीची तांबडी बोडं असतात. कधी भुईमुगाच्या किंवा कधी तुरी-मुगाच्या, नाहीतर बरबटीच्या शेंगा असतात. कधीमधी तिच्या डोक्यावर कापसाचं गाठोडं अन् हाती शेणाचा पोटाही असतो. किंवा कधी हातात विळा अन् डोक्यावर गवताचा भारा असतो. (त्या वेळी ओच्यात काही नसतं.) आज डोक्यावर काही नाही. हातात मात्र पोटा आहे. कमरेला कापसासाठी घेतलेलं लुगड्याचं चिंधूक आहे. ती बहुधा वावराकडे निघाली असावी. पण आता माझ्याजवळ आली आहे. थांबताच भयानं कापऱ्या दृष्टीनं ती आजूसबाजूस बघते. थरथरता हात माझ्या डोक्यावर ठेवते. ओलसर सूरात म्हणते, ''चाल, चाल लवकर!''

माझ्याही मनात भय हलू लागतं. कारण एकदा मायनं असंच मला म्हटलं होतं. डोक्यावर हात होताच. तशात कुठून कुणास माहीत, बावाचा तांगा तिथं थांबला. (तो सवाऱ्या घेऊन बडनेरला जात असावा) माझ्यावर चाबूक उचलून म्हणाला, ''कावे भांचोता, इथं कसा?''

मी बोलण्याच्या आतच बावानं दोन चाबकारे माझ्यावर ओढले. तिसऱ्याला माय आडवी झाली. त्याच्यावर बफरली, ''खबरदार कधी का-माह्या लेकराच्या आंगावर हात टाकला त!''

बावा तिला दबला नाही. चाबकाच्या वादीनं तिच्याही दंडावर वळ ओढले. शेवटी सवाऱ्यांनी मध्यस्थी करून बावाला आवरलं. त्यानं मला शिव्या देतदेत तांग्यात खामटवलं. तांगा चाल लागला. माय कितीतरी वेळ

हमसत राहिली असेल! म्हणून मीही घाबरतो. आधी आगंमागं बघून घेतो. मगच मायच्या सोबत जाऊ लागतो. माझे सोबतीही काय समजायचं ते समजून आपल्या वाटेला लागतात. तसेच ते आताही आपल्या वाटेनं लागले.

मी मायसोबत चालत असतो. ती बोलत नाही. तिच्या श्वासोच्छ्वासाचा भाता झाला आहे. तिच्या डोळ्यांतून भय सारखं टपटपत आहे.

जेमतेम एकाच माणसाला चालता येईल अशा बोळीत मी घुसतो. तडकल्या भिंतींवरून हात फरफटत अन् वाळत आलेल्या गटारांवरून उड्या घेत मी चालतो. उडी घेतल्यावर मायचा हात निसटतो. ती पुन्हा माझ्या केसांत हात खुपसते. म्हणते, ''अरामानं-अरामानं!''

आता मायचं घर आलं आहे. ते पडकं आहे. एका भिंतीला वरून मनुष्य जाता येईल एवढं भगदाड आहे. दुसरी आतल्या बाजूस झुकली आहे. तिचा तोल सावरण्यासाठी आतून दोन ठुण्यांचा आधार दिला आहे. बाकीच्या दोन भिंतींऐवजी एक नवी कोरी चाप बांधली आहे. दुसरा पऱ्हाटयांचा जाळीसारखा पारदर्शक तट्टा आहे. तो तागाच्या दोऱ्यांनी अडसला आहे. दारंही नवं कोरंच आहे. एकपाखी. पांजऱ्यांचं. ते नुसतं आतच जात नाही, लोखंडी फाटकासारखं बाहेरही येतं.

मायनं हातातला पोटा उंबऱ्याशी ठेवला आहे. ती गंघाळातल्या पाण्यात हात बुचकळते. मांड्यांवर कोरडवते. कमरेची पिशवी खिसकावते. एका हातावर उपडी करते. तिच्यात लवंगा, सुपारीचे तुकडे, तंबाखाची डबी व दोरा असलेली किल्ली असते. बाकीचं ती आत ढकलते. किल्लीनं कुलूप काढते. मला बसायला पोतं अंथरून देते. तट्ट्याच्या बाजूनं. ते भिंतीजवळ कधीच अंथरलं जात नाही. मग मी पाहुण्यासारखा पोत्यावर बसतो. न्याहळत-बघत. वर खाली चारीकडे.

एकाएकी मायला कसलीशी आठवण होते. ती घाईघाईनं तीन मडक्यांच्या उतरंडीजवळ सरकते. सर्वांत खालच्या मडक्यात कोपरापर्यंत हात खुपसते. मग कधी त्यातून कोळशाच्या रंगाचं सालपट असलेलं दुलदुलीत केळ किंवा कधी तडकलेलं पण दुलदुलीतच सीताफळ काढून घुसत घुसत माझ्याकडे येते. माझ्या पुढ्यात पावलांवर उकिडवी बसून केळ सोलते. अर्ध माझ्या तोंडात घालताना घाईघाईनं म्हणते, ''खा-खा, तुह्याचसाठी ठुलं होतं लावून!''

उरलेलं हातात देते. खाताना होणारी माझी हालचाल ती सारखी टिपत असते. केविलवाण्या चेहऱ्यानं. चिमणीएवढ्या तोंडानं. केळ संपेपर्यंत तिचा

हात मला कुरवाळीत असतोच. संपल्यावर पाठीवरून हात फिरवताना विचारते, ''सांग तू काय खातं?''

मी उगीच म्हणतो, ''काई नाई लागत.''

तिचा स्वर फाकतो, ''तसं नोको मनू माह्या बाप्पा! – मी तुई माय नाई का?''

''हो.'' मी काय म्हणणार?

तीच म्हणते, ''त मंग नाई नोको मनू. सांग तू काय खातं?'' आणि डोळ्यांना पदर लावते. दोन्ही हातांनी माझं डोकं, पाठ, काय सापडेल तो अवयव पिरसते. तिचा हात थरथरत असतो. विचारते, ''सांग, तुले काय करून घालू?''

मी काहीतरी उत्तरतो, ''काईई कर.''

''बोडं करू?'' तरीही माय विचारतेच, ''का, शिरा करू?''

''काईई करनंओ!''

मग मायच्या अंगात स्फूर्ती हलू लागते. घुसत-घुसत ती परोळ्यात सरकते. तिथं पाण्याची बादली आहे. तीवर पांजऱ्याची फल्टी झाकलेली असते. माय ती उकिडवी करून पाण्याचा अंदाज घेते. आज ते पुरेसं असावं. फल्टी झाकून माय समाधानाचा सुस्कारा सोडते. मग उतरंडीकडे सरकते. मोठ्या मडक्यातून लुगड्याचं चिंधूक काढते. त्या एकाच मोट्याधाट्या चिंधुकात लहानलहान अशा चारपाच पुरचुंड्या बांधल्या आहेत. पैकी कशात पसा दोन पसे तांदूळ, कशात आंजोळभर कणिक, मुठा दोन मुठा तुरीची डाळ तर आणखी कुण्या पुरचुंडीत असंच आणखी काही असतं. सारं सोडसाड करून माय स्वतःशी अंदाज घेते. कमरेची पिवशी खिसकावते. तीत असेल नसेल ते जमिनीवर ओतते. आणे, पैसे अलग काढते. मोजते. ठरवू पाहते. काही तरी चुकतं. असं तीनेक वेळा तरी होतं. शेवटी मायच्या तोंडावर निश्चय उमटतो. पिवशीतली चिल्लर माय मुठीत घेते. पिवशी तशीच टाकून ती शेवंतीच्या मायकडे जाते. म्हणते, ''मनकर्ना, तुह्या इथं कनीक आये का?''

''नाईओ माय पारबते-कनीक त नाईओ. दिवाईले आनले होते पायलीभर गऊ-थे का आतावरी राहाले गेले, लेकरा-बायाच्या घरात?''

माय मध्येच म्हणते, ''मंग असं कर. आताचे मले आठक आने तरी दे! सनवारी माह्या कापसाचे आले, का तुहे पैसे आनून देईन!''

''काबा, कोन आलं?''

"माह्यं पोरगं!"

"कोनतं?"

"मोठं."

असं पहिल्यांदा जेव्हा मायनं मनकर्णाला सांगितलं, तेव्हा ती कुतूहलानं म्हणाली, "मी येऊ का, पाहाले?"

"येनं."

आणि खरोखरच ती मायच्या मागं आली. दाठ्याच्या चौकटीत उभी राहिली. वाकून मला न्याहाळलं. मायला म्हणाली, "चांगलं आयेओ पारबते ताप्लं पोरगं. शाईत जाते?"

माय कष्टानं उत्तरली, "होऽओ माय! जाते शाईत!"

"कितलीत असतं बाबू?"

"चौथीत."

"नाव काय ताप्लं?"

"सुकदेव उकंडा गिरमे!"

तिनं मायजवळ समाधान व्यक्त केलं, "हुशार आयेओ माय पारबते तुहं लेकरू! मोठं झाल्यावर तुहे पांग फेडो, बिचारं!"

हे ऐकून मायनं उदास श्वास सोडला होता.

पण या वेळी तसं होत नाही. मायला पैसे देऊन ती रवाना करते. माय नेहमीच्या घाईनं घरात येते. बोटाभऱ्या बाटलीतलं चार थेंब जवसाचं तेल कपात निथळते. लुगड्याचं फडकं अन् ॲल्युमिनियमचा उमट पेला सावरून मला म्हणते, "सुक्या, तू थांब. मी बात येतो, दुकानातून."

"तू कायले जातं? मी आन्तो, काय आनाचं असन थे."

ती चिमणीएवढं तोंड करून म्हणते, "नाई माह्या बाप्पा! थो मुदबक्या दिसनगिसन त थ्या रोच्च्यावानी घेऊन जाईन तिकडच्या तिकडे? थांब, तू इथंच. मी बात येतो."

एक पाऊल टाकलं. विचारलं, "तुह्यासाठी काय आनू खाआले?"

"काई नाई लागत!"

पण एव्हाना ती दाठ्याबाहेर पडली असते.

आता मी पोत्यावर एकटा बसलो आहे. मायचं घर न्याहाळत आहे.

मायचं घर सारवून-सुरवून मंदिरासारखं केलं आहे. शोधून कुठं काडीकचरा सापडत नाही. एका भिंतीला दोन खिळे रोवले आहेत. त्यावर हाताभऱ्याची पांजऱ्याची फल्टी आडवी अंथरली आहे. तीवर एक ॲल्युमिनियमचा गंज,

एक फुटका सट, एक दगडी, एक तास्की व एक काठ फुटलेला काचेचा पेला आहे. त्यात कशाची तरी पुडी बांधून ठेवली आहे. तशाच एका पुडीत चिमूटभर कुंकू बांधून ठेवलं आहे. ते पुडीच्या लालावलेल्या कागदावरून सहज ओळखू येते. फल्टीच्या तळाशी कोपऱ्याला मेणाचं बोट चिकटवलं आहे. बाजूनं भोबडी फणी आहे. स्नोच्या रिकाम्या बाटलीत थिजलेलं खोबरेल बसलं आहे. पऱ्हाट्याच्या तट्ट्याशी काही रानगोवऱ्या, फणंपऱ्हाट्यांचा ढीग आहे. त्याच्या डोक्यावर छपराला अडकवलेला नवा फडा आहे. मायची एक फाटकी व दुसरी धड अशा दोन चोळ्याही तट्ट्याच्या भेगीत खोचल्या आहेत. भिंतीला आधार देणाऱ्या ठुण्यांना मायचं, गाठीगाठीचं लुगडं व फाटकी वाकळ लोंबकळत आहे. (माय झोपताना वाकळ खाली अन् वर लुगडं घेत असते. जास्त थंडी असली की दोन्ही वर घेते. अंग जमिनीवर असतं.) छपराच्या वाशात मायनं जागोजागी केसांच्या गुंतवळी खोचून ठेवल्या आहेत. मायच्या चुलीशी भांडीकुंडी आहेत. गंजांऐवजी ती गाडगी वापरते. झाकणाला तास्क्यांऐवजी शिकोऱ्या असतात. (पूर्वी चहाही गाडग्यात होत असे. एकदा तर तो खूप तिखट झाला होता. पण आता मायनं ॲल्युमिनियमचा गंज आणला आहे.) मायचा तवा चाळणीसारखा आहे. भुईमुगाच्या ओल्या शेंगा भाजून विकणाऱ्यांजवळ जसे भोकाभोकाचे पत्रे असतात, तसा. मी आल्यावर काही करासवराचं असलं की, माय मनकर्णाकडून तवा नाही तर कढई मागून आणीत असते. तसाच आज तवा आणून ठेवला आहे.माय त्यातच शिरा भाजते. बेसन घोटावं तसा. आता, मायनं जाताना धुपत घालून ठेवलेल्या गोवऱ्यांतून धूर डोकावत आहे.

मांड्यांपर्यंत पाय उघडे पडतील इतक्या वर खोचलेलं लुगडं सावरत माय आत येते. फडक्यात काहीतरी बांधून आणलं आहे. पेल्यात अर्धी छटाक तूप आहे. बाटलीत केशरी रंगाचे गोडं तेल आहे. हे सारं माय खाली ठेवते. नेहमीच्या घाईनं. फडक्यातली एक पुडी उकलत माय माझ्या पुढ्यात सरकवते. त्यातल्या दोन काजूच्या बियांची टरफलं काढून त्या मला चारते. म्हणते, ''खा खा. तुह्याचसाठी आनला!''

एकाएकी मायच्या ध्यानात येतं. चुलीत गोवऱ्यांचा भडका होतो. काजूची पुडी माझ्या स्वाधीन करून ती परोळ्यात सरकते. घाईनं. घुसत. मग सैंपाकाला सुरुवात होते. एकीकडे माझ्याशी बोलत असते, ''कारे, दिवाईले काय काय रांधलं होतं?''

''करंज्या, पापऱ्या, शंकरपाये, चाकोल्या...''

''सारं, थ्या टाकवलीनंच केलं असन्, नाईरे?''

''हो.''

''चांगलं झालं होतं? मी करतो, तसं?''

मी खुशीत येतो, ''हो ओ मा, बिलकूल तुह्यासारखंच झालं होतं.करंज्या त अशा मस्त झाल्या होत्या! ...''

माय गप्प होते.माझं खूप ऐकून झाल्यावर दुसरंच विचारते, ''कपडेमपडे केले नाई का, तुमाले?''

''नाई.''

''आन् थ्या टाकवलीले लुगडंमुगडं घेतलं असन?''

''हो. एकच घेतलं.''

''झांपर?''

''थेई सिवले दोन.''

माय स्वत:शीच बोलते, ''तिले कसे नाई शिवनार! मस्नीनं काई तरी घातलं थ्या हलालखोराले! मून त! - तिले सारं आन्नं झालं. एवढा सोन्यासारखा सन होऊन, माह्या लेकराले बोटाभऱ्याची चिंधी नाई घेतली ना!''

मी तिची समजूत काढतो. ''तसं नाई ओ मा! खरोखर भोकनी घोडी होती तवा बावाचा टांगा चालत नवता. तिच्यासाठी हरबऱ्यालेच त पैसे नवते उरत, बावाजवय!''

''मंग टाकवलीच्या मढ्यावर घालाले कुठून आनले?''

''उसने आन्ले मने, नामदेवजवयून!''

तरी माय स्वत:शी पुटपुटते, ''पोरासोराईले सांगत जा मना बायने. मी काई बोयानं दूध पेत नाई!''

असं बरंच बोलते. मग विचारते, ''घेतलं दुसरं घोडं?''

''हो.''

''केवढ्याचं?''

''नव्वदाचं''

''मंग, आता कसा चालतेरे टांगा?''

''मस्त चालते. रोजचे आठाठ रुपये आन्ते, बाबा! टांग्याले गाद्याई नव्या केल्या. टपई बसवनार आये कानं!''

''आन् तुमच्याचइसी का फुकनी पडली होती हलालखोरापाशी! मस्न्याले लेकराईची कीव येईन तवाना? सारं घालते थो थ्या उदासधगडीच्या मढ्यावर.

माह्यावानीच माह्या लेकराईची दशा लावली इदुरानं! देव कदीच बरं नाई करनार थ्या कमीनाचं-बन्नाखालून बोलतो. माह्या साशीनची हयाकया लागन त त्याचं वझं वाटोयं नाई होईन न मले नावाची पारबती नोको मनू मना... आं!''

माय वैतागानं थरथरत असं खूप बोलते. मधूनच दंडाला डोळे कोरडे करते. जराशात आणखी विचारते, ''सुबद्रीची मांदगी कसी आये?''

''आता बरी आये.''

''पोट पयलेवानीच फुगलं रायते का?''

''नाई!''

''जेवतेगिवते?''

''हो.''

''किती भाकर खाते?''

''अर्धी''

मायचा स्वर दुखावतो, ''बस?''

''हो.''

''मंग काय बरी आये मंतं, पांचटा!''

''हो ओ मा! पयलेपरस बरी आये.''

''डोक्स्याचे खांडकंमांडकं बसले?''

''हो.''

''तिची येनी-गिनी घालत असते का नाई?''

''येनी घालन्याइतके केसच नाई तिले.''

माय फोडणी देताना लांब उसासा सोडते. मग विचारते, ''पोट्टी माई! आठवन नाई काहाडत कायरे?''

''नाई. काहाडली त बावा मारीन मंते. एक डाव मारलं होतं तिले!''

माय पुन्हा दंडाला डोळे पुसते, ''एखांद्या रोजी आन्नरे तिले माह्या भेटीले! आज दोन वर्सांपासून पोट्टीचं मूख नाई पाहाले भेटलं!''

''आनीन.''

''काय आनीन मंतं राजा! मांगई म्हनत होता...''

''आता खरोखर आनीन, ओ मा!''

माझ्या कबुलीतील पोकळपणा माय जाणून असते. थांबून म्हणते, ''कोंबड्यागिंबड्या कितीक आयेरे?''

''तीन ठाव.''

“काबा?”

“पांढ्ढा कोंबडा होता ना-त्याले खाटकाच्या कुत्र्यानं रगडलं!”

“आनखीन काय झाल्या?”

“कभरी कोंबडी मोट्रीत चेंदून मेली. बाकीच्या चार कोंबड्या आन् दोन ठाव बकऱ्या बानं बयरामले इकल्या.”

“काबारे?”

“अवं, घोड्याच्या पैशांत नुपर नवती का इस रुपयाची?”

“अस्सं.”

“आन् लाल कोंबडी होती, थे बावानं कापली.”

“पोयाच्या करीले रांधली असन?”

“नाई. नवं घोडं घेतलं ना? थ्या वक्ती. दोन टांगेवाल्याईले पार्टी देल्ली बावानं.”

“पेऊन आले असन, मस्ने!”

“नाई. इसुपनं दोन शिस्या घरीच आनल्या होत्या. सर्वजन घरातच पेले कवाडं लावून.”

असं तास दोन तास चालतं. तोवर मायचा सैंपाक झाला असतो. तो माझ्या एकट्यापुरता असतो. ती भूक नाही म्हणते. मग मीच सारं खातो. जेवण झाल्यावर माय पाणी तापवते. माझं चोळून चोळून अंग धुऊन देते. डोक्याला खोबऱ्याचं तेल लावते. हातात गाल धरधरून भांग पाडते. पाण्यात भिजवलेल्या कुंकवाचं गंध लावून देते. खारात कपडे धुते. त्या वेळी म्हणते, “कोनी इचारन कपडे कुठं धुतले, त काय मंसीन?”

“काय मनू?”

“धुतले मना नदीवर.”

“बरं. आन् गंध-भांग दिसन त?”

“जाताना मोडून टाकजो!”

मग ती मला पेटाशी घेऊन झोपते. कपडे वाळीपर्यंत मी मायजवळ झोपून असतो. तेव्हाही ती माझं अंग सारखी कुरवाळत असते. तेवढ्यात दिवस कलंडतो. मी चुळबुळतो. माय ओळखते. क्षीण स्वरात विचारते, “आता जाशीन तू?”

“हो.”

“मंग कई येशीन?”

“पुढच्या इतवारी.”

''पाय बरं?''

''हो.''

''ये. मी तुह्यासाठी-''

माय कितीतरी पदार्थांची नावं घेते. ते करून घालीनसं सांगते.

मी घराबाहेर पडतो. तीही माझ्यासोबत असतेच. आम्ही बोळकांडा तुडवीत रस्त्याकडे जातो. मध्येच, कधी गवताचं तर कधी कापसाचं ओझं घेऊन जाणारी ओळखीची मुद्रा मायला विचारते, ''काओ पारबते, अज आली नाई?''

''नाई माय! अज माहा बाप भेटला होता!''

आम्ही सडकेच्या कडेला थांबतो. माय कमरेची पिशवी हातावर पालथी करते. असतील तेवढे आणे-पैसे वेचून काढते. माझ्या सुपूर्द करताना म्हणते, ''याचे माह्या सुबद्रीसाठी बिस्कूट घेऊन जाजो.''

''हो.''

''कोनासमोर नोको देऊ.''

''नाई.''

मी जाऊ लागतो. माय मोठ्यानं म्हणते, ''तू इथं आल्ता मून सांगू नोको बरं! नाई त थो इदूर राक्केसावानी मारन लेका!''

मी मानेनं नकार दर्शवितो. क्षणात हाकेच्या अंतरावर गेलेला असतो पण माय जागच्या जागीच खिळून असते. तिनं उजव्या हातात लुगड्याचा पदर उंचावून धरला असतो. कधी कधी तो डोळ्यांना भिडला असतो.

❑❑

क ढ

कणगीच्या वर्तुळाकार तळाशी पोतेरं फरकाटणारा सरसतीचा जड हात थबकला. होत्या जागी पोतेरं सोडून तो डोळ्यांपुढं आला. डाव्या हातानं बांगड्यांची चळत पिरसली गेली. तीवरचे सारवणाचे डाग-ओघळ पुसलेत. पाहता पाहता त्या चळतीतली एक टिचकी बांगडी कारुण्याचा आ करून सरसतीच्या ओल्या डोळ्यांतल्या भावांशी एकजीव झाली. दोघांचं सूत साधलं. त्यात सरसती विरघळली. ती कोणत्याशा तंद्रीत गूढपणे बांगडी न्याहाळू लागली. तशी सरसती कितीतरी क्षण राहणार होती. त्यात किती तरी वेळ लोटणार होती. पण तितक्यातच निष्ठुर चालीनं अंगण तुडवत चालणाऱ्या आरुदार जोड्यांच्या करकराटानं तिला भानावर खेचलं, दचकवलं अन् अस्पष्टशाही उसाशाची उसंत न देता कामाला जुंपवलं. कणगीआड-अंधारात भाव झाकून ती पोतेऱ्याचा चोथा हलवू लागली. निर्जीव हात कणगीच्या वर्तुळाकार तळाभोवती फेऱ्या मारू लागला. त्याच त्या जागेवरून.

ओल्याचिंब मातीत बेदरकारपणे कुदळ खुपसावी तसा अंगणात थांबलेला रुबाबदार आवाज वातावरणाच्या जिव्हारी खुपसला गेला, "कान जयले वाट्टे! राखुंडीगिखुंडी नाई आना लागत काय?"

गुडघ्यावर डोळे कोरडवत सरसतीनं हातचं पोतेरं होत्या जागी टाकलं. हातावर तोल तोलीत उठताना स्वरातले भाव झाकून, शक्य तेवढ्या कोरेपणानं ती म्हणाली, "आन्तो."

"आन्तो?" घरात, खूप खोलवर बघत असलेल्या तांबड्या, तिखटासरख्या उग्र डोळ्यांखालचं राकट तोंड बेमुर्वतपणे म्हणाले, "कई त?"

आवाजाला उत्तर न करता व तिकडे न बघता सरसती लटलटत्या अंगानं पान्तावण्याकडे गेली. परोळ्यात विझलेला राखडीचा काळा गडा उचलला. खालच्या मानेनं नवऱ्यापुढं धरला आणि पायांकडे बघू लागली. त्याच्या व स्वत:च्याही.

तोंडात गडा धरल्यानं आपल्या आवाजातला रखरखीतपणा किंचितही कमी होऊ न देता शिवानं सरसतीला अक्षरश: दचकवलं, ''पानी तप्लं?''

पान्तावण्याच्या दिशेनं पावलं उचलत, मंद आवाजात ती म्हणाली, ''पायतो-''

''अस्सं!'' तिच्या लटलटत्या पाठीवर रुबाबाचे घाव घालताना शिवा ओरडला, ''आत्ता, पायत-नाई?''

सरसतीनं पान्तावण्यात बोटं बुचकळली. घाईघाईनं मांडीवर कोरडवली. मग पान्तावण्याच्या परोळ्यात टेकली. नंतर बाजूची मूठभर फणं चुलीत खुपसली अन् घाईनंच फू-फू करू लागली. चुलीतली कोमट राख तिच्या डोक्यावर, अंगावर उडू लागली. हे बघताना अंगणात गुरळ्या पिचकारणं थांबवून शिवा म्हणत होता, ''आता तुले चेव आला, नाईओ? आतावरी काय मायजनक्या करत बसली होती?''

हे चालू असताच रांधणीतून नरबदी आली. ती घाईघाईनं येत होती. येताना तिचे दोन्ही हात विंचरलेल्या, तेलानं चकाकणाऱ्या केसांचा जुडा बांधत होते. तोंडातली केसाळी हाती घेताना ती संभावितपणानं म्हणत होती, ''बापूजी, त्याईले काबा बोलता, उगीच्या उगीच? थ्या सारवत होत्या. तावनीतल्या पान्यानं म्यांच आंग धुतलं.''

नंतर पान्तावण्यापुढं जाऊन तिथल्या सरसतीला अधिकारानं म्हणाली, ''जा, तुमी आपलं काम करा! मी बात देतो बापुजीले पानी तपवून-''

सरसतीला उठायला उशीर लागला, तेव्हा नरबदीनं तिथं फतकल अंथरताना, तिला किंचित्सं धकवल्यागत करून म्हटलं, ''जा-जा! इचार मंग करजा, आगूदर सारवून टाका!''

सरसती उभी झाली. नरबदीकडे पाहू लागली. तिच्या चकाकणाऱ्या केसांच्या घट्ट आंबाड्याकडे. त्याभोवतालच्या आकड्यांकडे. केसाळीकडे. मग थरथरत्या ओठांना तिनं दुमड घातली. आदळल्या जाणाऱ्या पावलांचा आवाज न होऊ देता सारवणाच्या पोतेऱ्याकडे निघून गेली. सारवू लागली. सारवता सारवता तिचा हात सैल पडायचा. होत्या जागी थिजायचा. त्या वेळी एक तर अंगणातला शिवा काही तरी बोलत असायचा व नरबदी हसत असायची किंवा ह्या उलट तरी असायचं.

सारवणाचं रिकामं मडकं उचलून सरसती बाहेर येत होती. त्या वेळी शिवा ओसरीतल्या पाटावर उकिडवा बसला होता. पाटापुढं आरसा, पेलाभर पाणी, कुंकवाचं डाबलं आणि गोठलेल्या खोबरेल तेलाची बाटली होती.

शिवा ती हाताच्या तळव्यावर उपडी करीत होता. तिच्यातलं तेल निथळलं जात होतं. शिवा हे सारं अत्यंत सावकाशीनं करीत होता.

बाजूलाच नरबदी उभी होती. तिचे दोन्ही हात पाठीमागे-पण कमरेखाली एकेमकांत गुंतले होते. पाठ मागील भिंतीशी रेलली होती. शिवाकडे न पाहता, आपल्याशीच बोलल्यागत ती बोलत होती, "सांगानं लवकर, अन्खीन काय लागते त-"

शिवा आरशातल्या नरबदीला म्हणत होता, "नाई सांगितलं लवकर त काय होईन मनाव् लेक्?"

"लवकर सांगाबा-सांगाचं असन त. मले काम आये!"

"कोन्तं?"

"भाकरी कराच्या आये!"

खोबरेलाच्या बाटलीचं तोंड तळव्यावर, संथपणे फिरवताना शिवा म्हणाला, "भाकरीऽऽ कराच्या आये मंता, नाई? मले वाटलं का आन्खीन कोन्तं काम आये-मोरामोतुराचं!"

ती जरा झटक्यानं म्हणाली, "असा चायकपना नोका करू-नसान सांगत त चाल्ली मी."

नंतर नरबदी गेली की नाही कुणास माहीत-पण सरसती मात्र तिथून अंगणात आली. ह्या वेळी तिच्या पायाचा आवाज झालाच. तिकडे दुर्लक्ष करून ती पान्तावण्यापुढं आली. झटक्यानं पान्तावणं उचलून घंगाळात रिचवलं. धारेचा आवाज ऐकून होत्या जागेवरून नरबदी म्हणाली, "एवड्यात तप्लंई पानी?"

गोट्यावर बसून चोळी काढताना सरसती म्हणाली, "नाई तपूं-तप्लं त! करा काय लागते-आंग हुरडाची गरज-"

सरसतीचं अंगावर पाणी ओतणं आटोपलं. लुगडं लपेटून झालं. त्याचा पदर तोंडात धरून त्याआडच्या शरीराभोवतालील चोळीची गांठ बांधत असतानाच तिला बाहेरून हाक आली, "सरसते, झालंओ?"

"हो!"

एवढ्यात बाहेरच्या आवाजाची मालकीण अंगणात शिरून आणि सरसतीला न्याहाळून म्हणाली, "काओ, हो मंतं? येनीफनी त व्हाचीच आये?"

"राऊ रायली त माय! काय कोनाले दाखवाले जा लागते!"

देवकी रांधणीत डोकावून म्हणाली, "तुई जाऊ, काय करते!"

‘‘करत असन सैंपाक, अन्खीन काय करन दुसरं!’’

‘‘सैंपाक व्हाचाच आये?’’

‘‘होईन लेकाचा -’’ दंडातली चोळी सरकवून झाल्यावर खुरपं आणि एक फडकं हाताळून सरसती म्हणाली, ‘‘चाल, चालतं काय त!’’

‘‘अन् शिदोरीगिदोरीओ?’’

‘‘नसू नसली त-’’

रांधणीतून नरबदी बोलली, ‘‘अओ त बिचाऱ्या व्हा-भाकर झाली आये ना!’’

‘‘झाली आये मंते त घेत काबा नाईओ, सरसते?’’

सरसती बोलली नाही. उत्तरादाखल देवकीकडे बघून तिनं नाक मुरडलं आणि म्हणाली, ‘‘चाल, बायका गेल्या असतीना!’’

तेवढ्यात रांधणीतून ओसरीत आलेली नरबदी तिथल्या शिवाकडे तोंड करून तक्रारीनं म्हणाली, ‘‘आता भाकर झालीच आये त घेऊन नवती जा लागत काय मनाव् -’’ थांबून, आपल्याशीच म्हणाली, ‘‘इतल्यात का नाई त ह्या माह्यासंगं अशाच हेक्कडपनानं वागते, काऊन काजनं त बिचाऱ्या.’’

शिवा मध्येच गरजला, ‘‘नाई नेत त मरू देना वयनी, थ्या कमिनाच्या औल्यादीले! मी पायतो तिची धम्मक-किती दिवस थे अन्न नाई खात त!’’ नंतर तिच्या लांबलांब सरकणाऱ्या पाठीकडे बघत म्हणाला, ‘‘बाऽ बाबा! वज्जरच पौरात चढली कायओ!’’

सरसतीनं मागं पाहिलं नाही. ती अन् देवकी त्यांची वाट बघत असलेल्या बायकांच्या कळपात शिरल्या. तो कळप पहिल्यांदा सगर, नंतर पांधण तुडवून ठरलेल्या वावरात घुसला. आपल्या खुरपांभोवती लपेटलेली लुगड्यांची फडकी सोडवली. जेमतेम पुरणारी ती फडकी प्रत्येकीनं आपापल्या ढुंगणाला लपेटली. गुजाबुढीनं उसासा घेतला अन् कष्टानं, मोठ्यानं म्हणाली, ‘‘चाल बाप्पा देवा- लागू दे निंदाले!’’

आणि पऱ्हाटीभोवतालचं तण खुरपू लागली. तसं ते कितीतरी बायका, पोरी सोरी खुरपु लागल्या होत्या. त्यात काही कोवळी पोरं होती तसा एक ना धड बायको ना धड माणूस असा पुरुषी पोषाखातला जीवही होता. साऱ्यांची खुरपं कामे करीत होती. गुजाबुढी कामात सर्वांच्या मागं राहात असली तरी तोंडानं सर्वांच्या पुढं होती. ती सोबतच्या एका परकऱ्या पोरीला तिच्याकडे न बघता, गंभीर चेहरा करून विचारत होती, ‘‘मैना, सांगनंओ माय लवकर!’’

''कायओ?''

''लगन करतं का त!''

''हित्-''

''काबाओ?'' गुजाबुढी गांभीर्य कायम ठेवून म्हणाली, ''अओ, असा नवरा सात जल्म नाई भेटणार, बिचारे!''

न थांबवलेल्या रंगीनं हसू आवरून विचारलं, ''कसाजी, सासूबाई?''

''हैबत्यासारखा!''

तशी मैना मान हिसडून अन् हातातलं खुरपं टाकून ताडकन् उभी झाली. फुरंगटून म्हणाली, ''हित् माय कोन्ती खेडमी होय त! तूच कर थ्या बाईल भानुशा हैबत्याले आपला नवरा!''

ह्यावर सर्व कळप फिसफिसला. सरसती वगळून. कदाचित हे तिला ऐकूही गेलं नसावं. कारण एका गूढ तंद्रीच्या नशेत ती सर्वांना मागं टाकून निंदता निंदता पुढं गेली होती. कदाचित् ऐकूनसवरूनही ती हसली नसावी. काय असायचं ते असो. असंच चालू राहिलं.

ढगांच्या जाड थरावरून दिशांना तुडवत जाणारा सूर्याचा लखलखता गोळा डोक्यावर आला. ह्याची जाणीव होताच निंदणाऱ्या कळपानं होत्या जागी आपापली खुरपं सोडली. घागरेतल्या पाण्यानं हात ओलावले. जमिनीतून शिदोऱ्या उकरून काढल्या. मग या सापडलेल्या झाडाखाली जाऊन आपापल्या शिदोऱ्या सोडू लागल्या. कुणी बाभळीखाली, कुणी हिरवराखाली, कुणी गोन्नीखाली तर आणखी कुणी आणखी कोणत्या झाडाखाली जाऊ लागल्या. आपली शिदोरी अन् पाण्याची घागर घेऊन देवकी चिंचेखाली आली.

त्या आधीच सरसती तिथं येऊन आडवी झाली होती. हाताच्या उशीवर डोकं टेकवून. लुगड्याच्या पदराचं पांघरूण तोंडावर झाकून. तिला ओळखल्यावर देवकी घाईनं म्हणाली, ''अओ, सरप-सरप आलाओ, सरसते!''

आणि तिनं स्वतःच दात काढले. ह्यावर सरसती न हलता वैराग्यानं म्हणाली ''येऊ दे. तोडन त बेस होईन. उद्या मराची अज तरी मरन!''

देवकीनं हसू सावरलं. बसण्यापुरती जागा नीट करीत ती म्हणाली, ''काबाओ, अशी निजली?''

''उगीच.''

शिदोरीची गाठ सोडताना देवकी म्हणाली, ''ये, जेवाले!''

''घे, देवाचं नाव!''

''गम्मत नाई करत! खरंच, ये माह्यासंगे दोन घास खाआले!''

''मले भूक नाई!''

''वाऽऽ'' असं म्हणून देवकी तिच्यापाशी गेली. तिचा दंड ओढीत म्हणाली, ''असं कुठिसा झालं आये का! चाल ऊठ लवकर!''

आता कुठं सरसतीच्या तोंडावरचं लुगडं जेमतेम अलग झालं. ती म्हणाली, ''तुई आनबा देवके, मले अजिबात भूक नाई!''

किंचितशी ओढाताण झाल्यावर सरसती उठून बसली. जड चेहऱ्यावरून पाण्याचा थंड हात फेरला. देवकीच्या शिदोरीशी जाऊन बसली. भाकरीचा तुकडा तोडून वरणाच्या पेंडात रुतवू लागली. काढू लागली. तिसरा घास घेतल्यावर देवकी हेल काढून, कळवळून म्हणाली, ''जेवनओ बिचारेऽऽ''

सरसतीनं घास घेतला. गालाच्या कोपऱ्यात सरकवला. तोंड मिटलं. ओठ दुमडले. डोळ्यांना पदर लावला. त्याआडून चिंचेच्या झाडावरच्या तुटून लोमकळणाऱ्या फांदीकडे बघू लागली. हे पाहूनसवरून देवकीनं विचारलं, ''काबाओ?''

सरसतीनं डोळ्यांवरचा पदर अलग केला. नकारार्थी मान हलवली. नुसतीच. देवकीनं विचारलं, ''तरी पन?''

आता काहीच हालचाल झाली नाही.

''बुवानं मारलं का?''

हाच प्रश्न देवकीनं तिसऱ्यांदा विचारल्यावर कुठं सरसतीनं नाक शिंकरलं. दाटलेल्या घशातून कोमट शब्द निघाले, ''एका परीनं मारलं असतं त एवढं नसतं वाटलं बिचारे!''

''मंग, काय झालं अन्खीन?''

''कायऽ सांगाले लावंत माय, माह्यं करंन्-'' सरसतीनं उसासा सोडून म्हटलं, ''++ वरचा घाव, सांगता लाज ना बोलता लाज-''

''मलेई सांगाची लाज लागते?''

सरसती गप्प राहिली.

देवकीच म्हणाली, ''काय मंतो?''

''पन सांगाजोक्तं असन, थ्या वक्ती का नाई?''

''बाप्पा!'' तोंडावर कमालीचं आश्चर्य ताणून देवकी म्हणाली, ''एवढंओ काय झालं माय?''

तोच सरसती भडभडून म्हणाली, ''माह्या घरचा बुवा-माह्या जाऊसंगं आये, बिचारे!''

देवकीनं चावता घास थांबवून तोंडावर हात झाकला, ''हित् माय! काई तरी बोलतं बिचारे तू!''

सरसती आर्जवीपणानं म्हणाली, ''नाईओ माय देवके, झट नाई घेत थ्या भरल्या महादेवावर. खोटं नाई बोलत. आपुन दोघीई भरल्यापुरल्या सास्नी आओ. थ्या महादेवावर मी झट घेईन त देव मले रात्तून पाऊन घेईन... ह्या अन्नाचा घास आये माह्या हाती-''

आणि सरसती डोळे पुसू लागली. तेवढ्यात देवकी म्हणाली, ''तुले कोनं सांगितलंओ?''

''म्यां सोता आपल्या डोयानं पायलं बिचारे! कोनाच्च्या सांगीवांगीचं असतं त म्यां इस्वासई नसता ठुला... पण म्यां सोता थ्या दोघाईले एका बाजीवर निजतावक्ती पायलंओ?''

''आता माय! खरंच कायओ?''

''होओ बिचारे! तुह्या गयाची आन-''

''कईसाओ!''

''अज तीन चार रोज झाले!'' सरसती आवंढ्यांवर आवंढे गिळत म्हणत होती, ''तईपासून मले वाट्टे का कोन्या अडाइरीवर जाव् आन् आपल्या जिवाचं काई कायं पांढ्ढूरं करून टाकावं-''

देवकीनं आवरण्याचा प्रयत्न केला, ''नाईओ माय, असं भलकंसं बोलू नको, काईच्याबाई-''

तिकडे लक्ष न देता सरसती आपल्यात बोलल्यासारखी बोलत होती, ''एक वाट्टे का आपुन अडइरई साजरी केली त थ्याईच्या कर्माचं काय कातोडं घेऊन जावू? जावू त आपल्याच जिवानं जावू, कशी मंतो?''

''खरी त आये!''

सरसतीचं सुरूच, ''तरी मले वाटेच का याईचं काई कायंपांढ्ढं असाव मून. अज माह्यं लगन झाल्याले सा मयने होते-पन एखाद्याई दिवशी का बुवाचं सुख पायलं असन् त मनाच नाई लागत. कदान् काय होय, लाडाकौतिकानं जवय जाव त बुवा लागते दारू पेल्यावानी मायबईन काडाले.''

सरसती थांबली, डोळ्याला पदर लावला अन् म्हणाली, ''नवती मले कोनी सतीची माय देवा-नवता सतीचा बाप देवा-की नवती कोनी बईन देवा!

अगाशानं फेकली आन् धरतीनं झेलल्यावानी मी चुलत्याकडे रायली. आल्या जल्मात चुलतीनं कई बाई मून हाक मारली नाई का बेटा मून जवय घेतलं नाई! थ्या वक्ती वाटे का माय, आपल्या घरी गेल्यावर तरी सतेचं मानूस भेटन. पन मंते ना का कुठीई जा-गोटापानी संगंच असते-लगन झाल्यावर माईई थेच खिसा झाली. घरात पाय ठुल्यापासून बुवाचं कोन्तं सुख पाहाले नाई भेटलं. आता तूच माई माय होऊन सांग बिचारे देवके-त्याईनंच मले असं हड्हड् केलं त म्यां तरी कोनाच्या तोंडाकडे पाहाव लेक, का माहा जीव नोय?''

देवकी कुरवाळू लागली, ''होओ बिचारे, जीव सर्व्याईंचाच असते-''

''अजवरी वाटे, का बुवा अज नाई बोलत चांगला त उद्या बोलन. उद्या नाई बोलला त पर्वा बोलन... पन थ्या राती जे डोयानं पायलं-''

सरसतीकडून बोलवलं नाही. ती न आवरणाऱ्या सुराला सताड वाहू देऊ लागली. तिचे डोळे कोरडवताना, देवकी म्हणत होती,

''उगी, उगी माय सरसते-उगी राय!''

❑❑

त्या च गा व च्या बा भ ळी

शेजारची सुबद्री महारीण एकीकडे दिवसा अंगणात धांगडधिंगा घालणाऱ्या पोरालेकरांच्या मायांचा उद्धार करीत करीत दुसरीकडे घाईघाईनं अंगणभर सडा फेकत असते. तिची लेक पर्पिला 'मा मने डबननोती घेऊन देनंओऽ-'चं तुणतुणं वाजवत असते. सुबद्रीच्या मांगपुढं करीत असते. ह्यातच कधी देवराव कसाराचा खकारून खोकून घसा साफ करण्याचा-बेडके थुंकण्याचा आवाज येत असतो. विहिरीच्या खिराडीचा खरखराट सारखा खरखरत असतो. कधी कधी तिथं दोघीतिघी मोठमोठ्यानं भांडत असतात. त्या भांडत असतात, तेव्हा माणसांनाही ऐकून लाज वाटेल अशा शिव्या देत असतात. आवेशात हातवारे करकरून एकमेकींच्या असल्या नसल्या लफड्यांच्या चिंध्या फाडत असतात. त्यातच क्वचित एखाद्या 'हिंदु डबलरोटी'चा किंवा 'दूध लोऽदूध'चा आवाज मिसळत असतो.

ह्या वेळी तो वाकळीत असतो. मग बाहेर उगवलेल्या खडखडाटानं म्हणा व मायनं खेकसून खेकसून मारलेल्या हाकांनी म्हणा, अर्धवट जागा होतो. हातातलं काम करता करता, येता जाता माय त्याच्या नावानं सतत ओरडत असते,

"उठलोर मुरदाडा, का खाल्ला तुले इसामायनं?"

त्याच्या आवाजात मायची चीड आणि संताप असतो,

"अंऽऽऽ-"

"अस्सं?"

तिच्या स्वरात धमकी असते,

"उंऽऽ-त राय. मले काय करा लागते! ज्याचं करावू बरं थोच जीव घ्याले पायते! राय-याद ठेवजो, मंग मन्सीनं कसं झालं मून! हो ना त काय!"

आता मात्र त्याला शुद्धीवर यावं लागतं. आळस उपयोगाचा नसतो. तो झटकला नाही तर साऱ्या दिवसभर भोवणारा असतो. त्यापोटी त्याला

कराव्या लागणाऱ्या अनपेक्षितशा एकादशीला जन्म मिळतो. म्हणून तो वेळीच सावरतो,

"सांगनं, काय मंतं त?"

माय अंगावरच्या वाकळीला म्हणते,

"तुह्या x x ले सांगू का?"

"मी चेता आयेना!"

माय बोलत नाही. ती अखडली असते. तो जागा असल्याचं सांगूनही पटत नाही. मग तो अंगावरच्या वाकळीचा मोह दूर सारतो. स्वरात काकुळत आणतो,

"सांगनंओ, काय मंतं त?"

तिचा हेका कायम असतो,

"कायले उठतं? पसरनं, आनी तशी बानी आन् होशीन कोना वानी! पसर, धा वाजेठावरक!"

तिची लांबलचक तोंडपट्टी शिव्यांच्या चाकावरून सतत भिरभिरत असते. त्यामुळं वाकळीत गुंडाळलेल्या, त्याच्या शेजारच्या बापाला काय वाटते, देव जाणे. तोंडावरचं पांघरूण न काढता तो वाकळीतल्या वाकळीत पुटपुटतो,

"इस सालीने, सबेरे-सबेरे क्या लगायारे?"

तिच्या हातचं काम थांबतं. तसं सारं शरीर अडखळतं. नवऱ्याच्या वाकळीवर तोंड करून बोलते,

"रामपायराच्या वक्ती असा सेन नोको खावू! मी काई तुह्यासंगं नवती बोल्ली! आपला पसरून राय मुकाट्यानं, हो!"

नवरा झटक्यासरशी तोंडावरची वाकळ सारतो. चिपडाभरल्या, किलकिल्या डोळ्यानं बायकोकडे बघतो. म्हणतो,

"क्यौं, उठने पडता क्या, ऑ?"

"मी तुह्यासंगं बोल्ली होती, का?"

"तो साली चिल्लाती कायको?"

"एवढं भेव नोको दाखवू! का लेकरासंगंई नाई बोलू देत? तुह्या डोयांत नाई मावत मी! मुकाट्यानं निजून राय!"

"अरे? फीर ओई बात?-"

नवऱ्यात ताव संचरतो, त्या भरात तो किंचित्सा अंग सावरतो,

"बताने पडता क्या?"

ती एकदम खेकसते,

"त कमिना-मी तुह्यासंग बोल्ली होती, काय?"

"वैसी नही मानेगी तू!"

तो बसल्या जागून काही तरी शोधतो. मुलाची छाती धडधडते. त्याच्या बापाला हवं ते सापडत नाही. तो मुलाला विचारतो,

"क्यौंबे उस दिनकी लकडी कहां है?"

"हौं. यहां रखा था, ओ?"

"थो, मायनं चुलीत टाकला!"

तो बायकोकडे बघतो,

"तेरी अे हैसियत साली? ठीक. मैभी देखता-तू कितन्या लकड्या जलाती तो-जाती कहां!"

मुलाची छाती पुन्हा धडधडू लागली. आता मायानं काही बोलू नये असं त्याला वाटत होतं. ईश्वरानं त्याचं ऐकलं. कारण बाहेरून सुबद्रा ओरडली,

"लंकाई, तुहा नंबर आलाओ! खिराडी रिकामी आये!"

मग लंकानं माथन उचलली. विहिरीकडे जाताना ती नवऱ्याच्या नावानं काही तरी पुटपुटत होतीच.

खेप आणली. बबीला पाळण्यातून काढलं. मांडीवर आडवी केली. एकीकडे तिचे हात तंबाखू मळत होते. (ती वांग्या तंबाखात चुना मळते. मग ती भुकटी चूनाळूत टाकते. तसा थोडासा ओठात ठेवते. नंतर चुनाळू कंबळात घालते. किंवा घोळात खुपसते.) हे सारं करताना मुलगा तिच्याजवळ गेला. त्यानं पहिल्यांदा चुलीकडे पाहिलं. जवळ बसताना विचारलं,

"काओ मा, चहा नाई केला का?"

ती हिसक्यानं बोलली,

"करतोना, मले नेऊन ठेव कोन्या मारवाड्याच्या इथं-मंग तुह्या घरी खूप चहा गूय सापडन. मंग चांगला पेत जा. हो ना त काय? मिजास बात्शाची आन् धंदा भडभुंज्याचा!"

विडी पिता पिता नवरा एकदा तिच्याकडे रोखून पाहतो. बोलत काही नाही.

लंकानं बबीला दूध पाजलं. मग नुकत्याच घासलेल्या भांड्यातून एक पितळेची तास्की, दोन वाट्या व एक ताट अलग काढलं. ती भांडी लुगड्याच्या पदरानं कोरडी केली. मायची तयारी पाहून मुलानं चिंतेनं विचारलं,

"जातं काओ मा?"

“नाई बसतोना इथं! आये कोनी माहा अगल्या त थो मले मोमना आनून घालत जाईन–मून!”

मुलगा केविलवाण्या चेहऱ्यानं तिच्या धांदलीकडे बघत राहतो. कधी कधी त्याला असंच बघत राहावं लागतं. त्याच्या केविलवाण्या बघण्याची मायला दखल नसते. असलीच तर ती धांदलीतूनही त्याच्यासाठी सवड काढते,

“आईकतं कायरे रिनघातक्या?”

त्याच्या स्वराविर्भावात कमालीचा उथळपणा असतो,

“का–मंतं त सांगनं?”

“मी जातो.”

माहीत असून, केवळ तिच्याविषयीची आस्था आपल्यात दिसावी म्हणून तो विचारतो,

“कुठं?”

“मस्नात.”

तो काय उत्तरणार? तीच विचारते,

“तुई शाया कई आये?”

“धा वास्ता.”

ती खेकसते,

“त मस्न्या, आच्चा सनवार आये ना!”

“अरे हो. सकायचीच असन.”

ती विचार करते. मग,

“म्यां सांगितलं, थे केलं?”

“काय?”

“अस्सं? त्याची याद नाई राहात तुले! खाची कशी रायते?”
मुलगा आठवण घेतो. पण सारं व्यर्थ.

“बक्रीकडे गेल्ता?”

“अरे हो.”

“गेल्ता?”

“हो. पन सापडलीच नाई.”

“कुठं, कुठं पायली?”

“सर्वीकडे पायलं. शंकरच्या बकऱ्याईंत पायली. दुकानओयीत पायली मारवाड्याच्या वाडीत पायली.”

''गधेघाटगिधेघाट नाई पायले का?''

''पायला. बेलपुऱ्यातल्या गधेघाटातई जाऊन आलो.''

ती विचारात पडते. अर्धवट मुलाशी अर्धवट आपल्याशी बोलते,

''कसं करू माय! माई बक्री हारवन का बाप्पा! म्यां जिवाले तजून तजून पैसा बांधला आन् बक्री घेतली त थेई घातली कोनाच्या मढ्यावर! मांगल्रोजा थ्या कोंबडीचंई थेच झालं. शेकला कोनाचा मुरदा! घातली कोनं त आपली माय माहरापुढं! आता ह्या ब्रकीचं काय होते, काजनं!''

मायचं ऐकता ऐकता मुलानं बापाकडे पाहिलं. तो आढ्याकडे बघत होता. त्याच्या ओठांच्या वर्तुळातून धुराचे गोळे निघत होते. तरंगत तरंगत ते आढ्याशी जात होते.

ती बोलली बोलली अन् डोळे टिपले. उसासा घेतला. मग बकरीच्या आशेनं म्हणाली,

''शायेतून आल्यावर जावून पायशीन का?''

''हो, पाहीन.''

''पायजो मी! चांगली बकरी आये. दो रोजा जनन त दोन पिले देईन. एकदम तीन ठाव होईन. त्यातलं एक इकून तुले कुडतं शिवून देईन! मंग, पायशीन्ना?''

''हौं. खरंच अज शायेतून आल्यावर खूप फिरतो. दिसन त घेऊन येतो!''

त्याच्या मायला धीर मिळाला. काहीशा अवसानानं तिनं कामावर जायची तयारी केली. काखेत बबीला अन् हातात भांडी घेऊन ती बाहेर पडणार होती. तोच मुलाची काळजी शब्दांत अवतरली,

''चाल्ली काओ, तू?''

ती सारं समजली.

''हो. आन् हे पाय, शायेतून सुटल्यावर तिकडच्या तिकडे बक्री पाहाले जाजो. असन कुठं त घेऊन येजो, घरात कोंडून देजो. मंग येजो, माह्याकडे?''

''तिथंच ना!''

''हो. आन् म्या मनलं तसं, मंजो!''

''हौ.''

''बाईसायेबाच्या देखता मंजो!''

''बरं!''

त्याच्या जिवात जीव आला. माय घराबाहेर पडल्यावर तोही दप्तर सावरू लागला. तोच बाप म्हणाला,

“क्यौबे, कहां जा रहा?”

“शायेत.”

“चुल्हेमें गई शाला! पयले धोबीकी यहांसे मेरा मल्मलका कमीज लेके आ!”

“उशीर होईनना शायेत जाले!”

त्यानं पोरावर डोळे रोखले,

“उतारू क्या तेरी मस्ती? साले, एकही झापडमें मूँ फोड्डांलुंगा! क्या, समझ्याबे तुने?”

तो मुकाट्यानं धोब्याकडे गेला. तिथं त्याचा बाप आपला मल्मलचा बंगाली सदरा रोजच्या रोज इस्तरीसाठी टाकत असतो. तो तो घेऊन आला. इस्तरी पेटायची होती, त्यामुळं त्याला तिथं थांबावं लागलं. घरी आला तेव्हा नवाचा सुमार होता. बापाची तयारी झाली होती. पाण्यानं ओल्या केलेल्या केसांवर तो कंगवा चोपडत होता. आपल्या उग्र चेहऱ्यावरच्या आकडेबाज मिशांना पीळ भरीत तो मुलाची वाट बघत होता. एकटांगी धोतराचा कासोटा सारखा वरखाली करीत होता. मग पोराजवळचा सदरा घेतला. त्याला सोन्यासारख्या पिवळ्या गुंड्या लावल्या. तो अंगात घातला, तेव्हा छात्यावरच्या बनियनचे रंगीत पट्टे बाहेरून दिसत होते. मग पांजऱ्याच्या पाटीवरचं सामान सदऱ्याच्या खिशात ठेवू लागला. त्यात आगपेटी, विड्यांचं बंडल आणि पत्त्यांचा जोड होता. तो कोरा करकरीत होता. पाहण्याची इच्छा असून मुलगा तसं बोलला नाही. बापासमोर हिंमतच होत नाही तशी. आपल्या पंप्शूचा खडखडाट करीत बाप बाहेर पडला. त्या वेळी शाळेतली पोरे परत फिरली होती. शाळेत जाण्यात अर्थ नव्हता. बापामुळं असं दर शनिवारी किंवा सकाळची शाळा असली म्हणजे नेहमीच मुलाच्या वाट्याला येत असे.

नंतरचा तासदीडतास मुलगा गावात भटकला. बकरी शोधण्याच्या निमित्तानं अन् बाप कुठं दिसतो की, काय ह्याही आशेनं. कारण त्याचा बाप गावात केव्हा कुठं दिसेल याचा नेम नसतो. पूर्वी तो एका गुजराथ्याच्या होटलात माल करीत होता. माल करताना कमरेला कळकट चिड्डी, छात्यावर पट्टेवाली बनियन व डोक्याला हिरव्या रंगाची दस्ती बांधलेली असायची. गुजराथ्याकडे कपबशा विसळणारी, टेबले पुसणारी पोरं त्याला 'उस्ताद' म्हणत होती. पोराला गावात भटकण्याची संधी मिळाली म्हणजे तो बापाच्या होटलात गेल्यावाचून राहत नसे. कारण तिथं गेल्यावर तो त्याला कधी

मिसळची प्लेट तर कधी आलुबोंडा देत असे. पण गेल्या कित्येक दिवसांत तो तिथं दिसत नाही. दुसऱ्याही कुण्या होटलात क्वचित आढळतो. आढळलाच तर तिथं चहा पीत असतो. त्या वेळी मुलाला क्वचितच खाण्यास मिळते त्यानं तशी इच्छा दर्शवलीच तर बाप सरळ सरळ म्हणतो,

"फुटो, अपना काम करो!"

अथवा,

"कमर ढिली करो, यहां कुछ तुम्हारे मैय्याने भाड नहीं झोकी!"

नाही म्हणायला क्वचित एखाद्या वेळी मुलासाठी आणादोनाणे खर्चही करतो. असं बहुधा त्यानं बापाला अड्ड्यावर गाठलं म्हणजेच जमतं. तेही बाप गंजिफा पिसत असताना, जेव्हा एखाद्या सिनेमातलं गाणं गुणगुणतो, तेव्हाच. हे त्याच्या बाजूला उभे राहून मुलगा बघत असतो. बघताना त्याची छाती सारखी धडधडत असते. कारण कधी कधी पुढ्यातल्या खेळाडूकडे पैशांचा ढीग सरकवताना तो मुलाला म्हणतो,

"भागताऽ की नही साले? दलिंदर की अवल्याद कहांकी!"

ह्यामुळं बापाशी केव्हा कसं वागावं हे एक पोरापुढं कोडंच आहे. तरीही जेव्हा केव्हा तो गावात भटकतो, तेव्हा तेव्हा ह्या विस्तवाशी खेळू बघतो. त्यात जसा कधी कधी चटका बसतो, तसंच कधी कधी चांगलंही निभतं. म्हणून तो आज बकरीऐवजी बापाला बघण्याचा प्रयत्न करीत आहे. पण त्याच्या बकरीसारखाच तोही अपेक्षित ठिकाणी त्याला सापडला नाही.

दुपारी एक दीडच्या सुमारास मुलगा बंगल्याकडे गेला. तिथं त्याची माय होतीच. चाळीतल्या रहाटाच्या विहिरीवर पाणी ओढत होती. तशी शेजारच्या देशमुख साहेबाची मोलकरीणही दगडावर धुणे धूत होती. दोघींनी आपापली कामे टाकून गोष्टी आरंभिल्या होत्या. मध्ये बोललेलं मायला आवडत नाही, म्हणून पोरगा बाजूस गप्प उभा होता.

सीता आटोपतं घेत होती,

"त थे बक्री तुही होय मतं, नाई?"

लंका जडपणे, पाणावलेल्या डोळ्यानं म्हणत होती,

"हो माय, माईच होय! बारा रुपयाले घेतली होती. तवा खालीच होती. गाभन रायली तवा सुबद्रीच्या नवऱ्यानं पंचीसाले मांगितली, त म्यां चांडायनीनं नाई मनलं!"

ती थांबली. मग स्वत:ला म्हणाली,

"आता बस मना बोंबलत!"

धुण्याचे पीळ बादलीत रचून सीता चालती झाली. तेव्हा मुलानं मोठ्या धाडसानं मायला सुचवलं,

"मा, बक्री त नाई सापडलीओ!"

"कशी सापडन बाप्पा! घातलीना थ्या कमिनाच्या मढ्यावर! शेकला त्याचा मुरदा! घरात काई नाई सापडलं, त काईका दिसानं तो हलालखोर आपल्या मायले इकन!"

असं खूप होत होतं. लंका पाणी ओढत होती. न्हाणीतल्या पिपात बादल्या रिचवत होती. पहिल्या खेपेला मुलगा जागीच उभा होता. दुसऱ्या खेपेस लंकानं त्याला न्हाणीकडे चालण्याची खूण केली. तो गेला. तिनं पिंपात बादल्या रिचवताना त्याला मोठ्यानं, झटक्यात म्हटलं,

"तुले एक डाव सांगितलंना, का माह्या मांगंमांगं नोको फिरूं मून-त आयकू नाई आलं वाट्टे?"

जराशानं तीच म्हणाली,

"भूक लागली त खा मले!"

असं दोनेक वेळा झालं. तिसऱ्यांदा ती पुन्हा म्हणाली,

"जातंऽ का नाई इथून, तू आता?"

अन् आतून साहेबीण विचारती झाली,

"काग लंका, काय झालं?"

"काई नाई बाई! ह्या मस्न्या फालतुच माह्या मांगं लागते!"

"मागे कसला लागतो-देऊन टाकना त्याला किल्ली-भूक लागली म्हणतो, तर जाऊ देना घरी!"

लंकाचा आवाज नेहमीसारखा जडावला,

"घरी जाऊन तरी काय आये!"

"का, सैंपाक नाही केला?"

"काई असन घरी तवा का नाई!"

साहेबीण विचारात पडली. मिटवलेलं पुस्तक बाजूस धरलं. मग आत विचारलं,

"रमाबाई, तुमचं जेवण आटोपलं काय?"

सैंपाकीणच्या तोंडात घास होता,

"हो, झालंच. का?"

"एखादी पोळी उरली असेल, तर लंकेच्या मुलाला देऊन टाका!"

"भाजी नाही!"

लंकाच म्हणाली,

“नसू नसली त! खाईन रायत्या-मायत्याच्या फोडीसंग!”

लोणच्यासोबत तो पोळी संपवत होता. अंगणात बसून त्याची माय मिरच्या कुटत होती. तिनं तोंडानाकाभोवती लुगड्याचा पदर लपेटला होता. बाजूच्या पाळण्यात तिची बबी सतत खुसपुसत होती. त्यानं पोळी संपवली आणि तीन ग्लास पाणी प्यायला. मग ताट घासून आणलं. स्वत:च खरकटं सावरलं. जागा केली. ताट पालथं घातल्यावर त्याला माय म्हणाली,

“भरलं पोट?”

त्यानं मान हलवली.

“आता बबीले घेऊन बाईर खेय, जा!”

“एकटा?”

“नाई, गडी देतो संग!”

मग तो अंगणात गेला. तिथं झाडंही होती. त्यांना तो कधीच हात लावत नसे. कारण एकदा त्यानं तिथल्या गुलाबाची फुलं तोडली आणि खिशात भरली तेवढ्यात बाहेरून साहेब आले. डोळे रोखून त्याला विचारलं,

“कारे, कुणाचा आहेस तू?”

“म-म-म-मायचा!”

“गाढवा, तुझ्या आईचं नाव काय?”

“लंकी!”

“तू इथं कशाला आलास?”

तो बोलला नाही.

“चल, नीघ इथून! पुन्हा कंपौंडात दिसलास तर याद राख!”

तेव्हापासून गुलाबाचं झाड पाहिलं की त्याच्या अंगावर काटा उभा ठाकतो. त्याला तो कधीच हात लावत नाही. कुण्याही झाडाची सावली बघतो नि तिथं मांडी घालतो. तशी आताही घातली. त्याच्या मांडीवर बबी आहे. अंगणात शरद, त्रिलोक, दिलीप खेळत आहेत. ती फुलांचा खेळ खेळतात. जाळीसाठी मध्ये एखादा पलंग आडवा करतात. रॅकेटसाठी कुणी पुठ्ठ्याचा तर कुणी प्रत्यक्ष रॅकेटचा उपयोग करतो. हे बघण्यात तो रमून गेला. जरा भऱ्यानं त्याला शरद म्हणाला,

“अंब्या, तुझे वडील बोलावताहेतरे.”

तो बाहेर बघतो. खरोखरच त्याचा बाप पाठमोरा उभा असतो. कधी कधी त्याच्या बगलेत येत असतो. उजव्या हाताची बोटं मिशांना पीळ

घालीत असतात. मुलगा घाबरत घाबरत त्याच्या पुढ्यात जातो. तांबारलेले डोळे टवकारून तो विचारतो,

"तेरी मा कहां है?"

"आये, तिखट कांडते."

"उसको चावी मंगके ला!"

तो मागील दारी आला.

फार पूर्वीची गोष्ट. तेव्हा त्याची माय बापट मास्तरांकडे काम करत होती. तो मास्तरांच्या मुलांसोबत पुढच्या अंगणात खेळत होता. बाप असाच तिथं आला होता. त्याचा निरोप सांगायला तो मागीलदारी आला. तिथं माय भांडी घासत होती. उभ्याउभ्या त्यानं मायला बापाचा निरोप सांगितला.

पहिल्यांदा ती बोलली नाही. बोलली तर हे,

"आला असन! काम कोन्तं आये, थ्या रिकामटेकड्याले! काय मंते?"

"किल्ली मांगते!"

ती भांडं आपटून म्हणाली,

"माह्यापाशी नाई किल्ल्यागिल्ल्या!"

"मंग?"

तिनं त्याच्यावरच डोळे काढले. खेकसली,

"नाई मन्लं, त आयकू नाई आलं वाट्टे! – जा, अल्लग होय, माह्या डोयापुढून!"

त्यानं भीत भीत बापाला निरोप सांगितला. ऐकून बापाचे नेहमीचे तांबडे डोळे गर्द झाले. बंगल्याच्या दिशेनं पाहिलं. बायकोला खूप शिव्या दिल्या. मिशांना पीळ भरीत विचारलं,

"कहां है, ओ मादरचोतकी बच्ची?"

"मांगच्या आंगनात!"

त्यानं निश्चय ओकला,

"ठैर, अभी सालीकू घनचक्कर बताता!"

निश्चयानंच बगलेतला आडवा वेत चोपकारला. आवेश कसून मागच्या बोळीकडे गेला. दाराशी आला. ते किलकिलं केलं, तेव्हा लंका भांडी विसळत होती. जवळपास कुणी नाहीसं हेरून तो राग दाबून म्हणाला,

"क्यौ, जादाई भाव बढ गया क्या?"

ती घाबरली. दबक्या, शरमलेल्या आवाजात पण म्हणालीच,

"कमिना, कोनी पाईन तुहा अगल्या त मारन्ना खेट्टं!"

“एभी रंग है क्या? आने पडता क्या अंदर?”

रागात ती बोलून गेली,

“ये बरं. कसा धसतं लोकाच्या घरात त पायतो मी!”

आणि खरोखरच तो आत शिरला. लंकाचं मनगट धरलं. ओढाताण सुरू झाली. त्याचे वेत तिच्यावर सपसपू लागले. झटपट करताना शक्यतोवर इतर कुणास ह्याची जाणीव न होऊ देता ती त्याचा प्रतिकार करण्याचा प्रयत्न करीत होती. दबक्यादबक्यानं त्याला शिव्या देत होती. - पण झालं तेच- जे तिला नको होतं. एकेक करून चाळीतली सारी माणसं, बायका तिथं उतरली. उष्ट्या हाताचा एक साहेब बोलला,

“कोण आहे हा मूर्ख माणूस? - कारे आत कशाला आलास?”

तो धमकावणीनं म्हणाला,

“हां सांब, मूं संभालके बात करो, ये मेरी औरत!”

“शाहाणा दिसतोस! बायको आहे तर घरात ठेव. मार की काय वाट्टेल ते कर. माझ्या चाळीत नको हा तमाशा...”

असं खूप झालं. दुसऱ्या दिवशी लंका कामावर आली असताना बापटीण म्हणाली,

“लंका, तुझा हिशेबा घेऊन जा-आमची बदली झाली.”

असंच तिसऱ्या दिवशी आणखी कुणी काही कारण काढून लंकाचा हिशेब चुकता केला. ती समजली. साहेबिणीचे पाय धरले. पुन्हा नवऱ्याला इथं न येऊ देण्याचं सांगून पाहिलं. सारे उपाय वांझ ठरले. म्हणून मुलगा नवऱ्याचा निरोप घेऊन परसअंगणी आला की, ती किंचित डळमळून, जरा तत्परतेनं त्याला विचारते,

“काय मंते, थो मस्ऱ्या? किल्ली मांगाले आला असन, नाई?”

“हो.”

अन् लगेच म्हणते,

“सांग त्याले-मीच घरी येतो मना!”

तो बापाला निरोप देईस्तोवर ती पदराला हात कोरडे करीत, बबीला सावरत अंगणात येते. मुलगा व नवऱ्यास ओळख न देता तुरुतुरू घराच्या रस्त्यानं लागते. मग मुलगा अन् बापही चालायला लागतात.

ती घाईनंच घराचं कुलूप काढते. आत शिरताना ओच सावरते. डोक्याचा पदर कमरेला खोचते. बबीला पोराच्या सुपूर्द करते. हे सारं करताना तिचा चेहरा सतत निश्चयी, कठोर होत असतो. कठोरतेनंच ती संदुकाशी जाते.

त्याला पाय टेकवते. निश्चयानं दोन्ही पाय ताणते. खालचा ओठ वरच्या कवळीत ताणते. हाताची घडी करून छातीशी आवळून धरते. आव्हानानं आढ्याकडे बघत असते. हे सारं पाहून मुलाची छाती धडधडू लागते.

तितक्यात गुडघ्यावर ताठ हात ठेवून बसलेला लंकेचा नवरा तिला म्हणतो,

''ला-चाबी दे!''

ती ठसक्यात-हुकमी आवाजात म्हणते,

''किल्ली नाही!''

''फीर, ओई बात?''

ती ओठ चावते. आढ्याकडे बघते. बदललीच तर हाताची घडी बदलते. बोलत नाही.

त्याचा स्वर लांब होतो,

''देऽती की नहीं?''

''नाई!''

''नहीं देती?''

''नाई! नाई!! नाई!!!''

''देख भला?''

''जाय-जाय! तुह्याखून होईन, थे घे करून!''

''नही भला? मेरेसे तू जादा चाल मत चलते जाये! एखादे दिन मिट्टीमें मिला दूंगा, साली!''

तीही लांबलचक उत्तर करते,

''मी नाई भेतगा तुले! वाघ होय का त एकदम खाऊन घेसीन? जाय, होईन थे करून घे! बाऽऽ बाबा!-''

तो झटक्याने उठतो. त्यापूर्वीच त्यानं, कशानं मारायचं ते हेरून ठेवलेलं असतं. मग ते हाती घेतो.

तरीही आज अंब्यानं मायला बाप आल्याचं सांगताच ती वाट बघत असल्यासारखी म्हणाली,

''आला थो कमिनाची औल्याद?''

तो समजला नाही. विचारलं,

''देवू का किल्ली?''

''नाई. माह्याजवळ दे थे किल्ली. त्याले सांग-मी येतो, मना घरी!''

नंतर तिनं साहेबीणला सांगितलं,

"बाई, मी घरी जाऊन बात येतो."

मग आपल्या घाईच्या चालीनं बाहेर पडली. अंब्याशीही बोलली नाही. नवऱ्याला ओलांडून भराभर चालू लागली. नंतर तोही चालू लागला. घरात आल्यावर तिनं नेहमीसारखे ओचे सावरले. पदर कमरेला गुंडाळला. कसला. संदुकाला पाठ टेकवली. आता गुडघे उभे होते. त्यावर हाताचे कोपर ठेवून हात लांब केले. बबीला आधीच मुलाच्या स्वाधीन केलं होतं. मागं असल्यानं नवऱ्याला घरात यायला थोडा उशीर लागला. येताच तिनं रुबाबात विचारलं, "तुले किल्ली पायजे नाई?"

"उसमें तेरे बापका क्या जाता?"

किंचित त्याच्याकडे झुकल्यासारखी होऊन ती एकदम म्हणाली,

"अस्सं? बक्री काय तुह्या बापानं आनून ठेवली होती काय?"

तोल सावरत तो म्हणाला,

"साली देडदमडीकी रंडी नहीं तो-मेरा बाप निकालती?"

"तू मोट्ठा तालेवार आये-त मंग रंडीच्या कमाईची बक्री इकली कायलेगा?"

"मैंने तेरी ब्रकी बेचा?"

त्याचा पारा चढत असतो,

"ऐसा कौनसा साला बोलताला? ला भला उसकू मेरे सामने, अभी साले का मूं फोड्डालता!"

"आय्... हॅ... हॅ... तोंड पाय आरशात! मोट्ठा मूं फोडनारा आला आयेत!"

तो एकेरीवर येतो,

"देख भला? मेरे जैसा बुरा ये दुनिया में दूसरा कोई नहीं होगा! मेरेकू उसका नाम बता-उसने हां कहां तो अच्छा... नहीं तो तेरी हड्डी फसली जमा करके रखता!"

"चाल बरं थ्या तुह्या मायपाशी-इचारून देतो का नाई त!"

"तो साली, उसका नाम तो बोल?"

"अस्सं, सांगू का तुले आता नाव? सीताच्या नवऱ्याले तुनं ब्रकी इकली नाई?"

तो विचारात पडतो,

"ऐसा, ये बात है फीर!"

"लाज वाट्टे मस्न्या काई? अज घरातली बक्री इकली. थ्या दिशी गंज

इकला. सापडन तसे पैसे घेऊन जातं घरातून. उद्या थेई नाई सापडले मंजे मले इकजो. आन् सेल्यासेवटी आपल्या मायबयनी मांडजो जुव्यात!''

''मूं संभालके बात कर! अभीबी कहता हूं!''

''बाप्पा! एवढी धम्मक होती त रांडीच्या माथ्यावर कायले रायला असता? मल्हे दिम्माक दाखवते कायगा?''

हे सुरू असतानाच तो तरातरा उठला. चुलीपासची जळकी झिलपी उचलली. तिच्या अंगावर गेला. एक दोन वार खाऊन तिनं झिलपी धरली. ती सोडवायला त्याची शक्ती खर्ची पडू लागली. तिच्यापुढं तो अपुरा पडू लागला. त्यांची लांबाझोंबी सुरू झाली. हिसक्यासरशी तिनं झिलपी सोडवली. बाजूस फेकली. नंतर त्यानं थापडा, लाथा, बुक्क्या ज्यानं-जसं जमेल तसं तिला मारू लागला. तीही त्याला बसर जात नव्हती. लांबाझोंबीचं रूपांतर कुस्तमकुस्तीत झालं. तिची चोळी फाटली. लुगड्याला जागोजागी फरारे गेले. त्याच्याही कुडत्याच्या चिंध्या झाल्या. थोड्या फार फरकानं धोतराचंही तेच झालं. गालावर नखांचे ओरखडे उमटले. हिरड्यांतून रक्त दिसू लागलं. त्यानं तिचा जुडा सोडला. केस धरधरून तिचं डोकं संदुकावर आदळू लागला. त्या आवाजाच्या तालावर तो जोरजोरानं म्हणू लागला, ''ले: ले: और होना, साली ले:!'' लंकाला मार बसत होता. तरी ती रडत नव्हती. बोंबलत नव्हती. बोललीच तर पराक्रमानं-विजयानं त्याला म्हणत होती,

''तुल्हे काय वाट्टेगा? का तूच आपल्या मायचं दूध पेला? माह्या मायनं मले पाजलंच नाई?''

उगीचच विचारीत होती,

''जाशीन, जाशीन माह्या वाटी?''

हे पाहून अंब्या मोठमोठ्यानं रडत होता. विशेषत: त्यांच्या कुस्तीत माय खाली असली म्हणजे रडता रडता तो आदमुसा होत होता. तशाही स्थितीत लंका त्याला धीर देत होती,

''अंबादास, तू बोंबलू नोकोरे! मले काई नाई होत. मी आत्ता सरकं करतो ह्या मस्न्याले! ह्या कोन्त्या निशेत आये!''

नवरा तिच्या छातीवर बसून मारीत होता-तरीही ती अंब्याचं समाधान करीत होतीच-होती.

❑❑

पौ रु ष

बऱ्याच अवधीनं का होईना, मारोतीनं मनाशी विचार पक्का केला अन् ताडकन् उठून उभा झाला. कुडाच्या चौकटीत टपराचं दार बसवलं. ताडताड पाय वाजवीत शेजारच्या शामरावकडे आला. त्या वेळी अंगणात सडा शिंपडत असलेल्या शामरावच्या बायकोनं मारोतीला पाहूनही न पाहिल्यासारखं भासवलं. त्याला न कळत, त्याच्यावर डोळ्याच्या कोपऱ्यातून तिरस्काराचे शिंतोडे फेकले. ती पाठ फिरवून जाणार तशात मारोती आपल्या सवयीप्रमाणे म्हणजे अडखळत अडखळत बोलला,

"वयनी, भौ आये का घरात?"

"अस्तीन.."

ती पहिल्यांदा त्याच्याकडे न पाहता उत्तरली. मग एकाएकी सावधावल्यागत गिरकी घेऊन मारोतीला विचारलं,

"काबा, एवढ्या सकायच्यापायरी-काय काम पडलं-त्याईच्यासंगं, तुमाले?"

"काम..."

तो तिच्याकडे दुर्लक्ष करून-कुडाच्या दारात खोलवर डोकावताना म्हणाला, "होतं एक-"

यावर ती पुन्हा काही तरी विचारणार होती. कपाळावर आठ्यांचं जाळं उमटवून. पण तेवढ्यात आतला शामरावच बोलला. मारोतीला दारात पाहून विचारलं,

"कागा, काय मंत?"

यावर मारोती एकदम न बोलता आत गेला. चेहऱ्यावर खाजगीपणा व सुरात घरोबा आणून बस्तान ठोकताना म्हणाला,

"मले, तुह्यावाला कोट लागत होतागा, दोन-चार दिसासाठी..."

"कोशाचा?"

"हौ."

"काबा, कुठं जाचं होतं?"

"जात होतो-राजुरवाडीले!"

"राजुरवाडीले? कायलेगा?"

एवढं बोलून शामरावच पुढं म्हणाला,

"बायकोले आनाले जातं वाट्टे, नाई?"

"हौ-होता इचार का आता दोन रोजाची सुट्टी देल्ली अनायसकरनं-सायबानं त एखादी चक्कर पाव् टाकून मून-"

तेवढ्यात अंगणात सडा टाकीत असलेली शामरावची बायको आत आली. त्या वेळी तिची पावलं दाणदाण वाजत होती, चेहऱ्यावरचा तिरस्कार पावलांपर्यंत पोचला असावा. तिनं मारोतीकडे पाहिलंच नाही. साळसूदपणे व सरळ आत, तट्ट्याआडच्या भागात गेली. शामराव मारोतीला म्हणत होता,

"बाप्पा, तू कानं जात नवताना बायकोले आनासाठी-मनत त होता का- आणून घालतीना आपसुखानं, मून?"

"मन्लं होतं मना-"

तो पायाच्या करंगळीचं नख कुरतडताना, आपल्याशीच बोलावं तसं पुटपुटत होता,

"पन त्याईनं त काई अजून आनून घातलं नाई. अज चारपाच मयने होत आले असन घेऊन गेल्याले..."

"काई पत्रगित्र?"

"नाईना-पत्राचाई काई पत्ता नाई."

"मंग? तरी जातं?"

"जाव् मंतो, आता अन्यासकरनं सुट्टी आये त-"

"पन त्याईनंच आनून घालाले नवतं पायजे का-"

"पायजे त होतं मना-"

तो समजूतदारपणं म्हणाला,

"पन नसन भेटला त्याईले वखत. सिवाय हे वावराशेताच्या कामाचे दिवस-घरचं करता करताच त्याईचा वखत जात नसन का मनाव्, लेक्?"

"हो. थेई एक खरं आये."

"मून मंतो आता, का शेल्याशेवटी आपूनच पाव् एकादा चक्कर मारून."

यावर आतून शामरावची बायको बोलली,

"हौ-हौ, जा-या चक्कर मारून!"

"थोच इचार आये माह्यावालाई-"

मारोती भोळसटपणानं म्हणाला,

"मून मंतो, तुमचा कोट देता का, त."

"जानं घेऊन-"

यावर आतून पुन्हा शामरावची बायको म्हणाली,

"घेऊनगिऊन जा-पन जसाच्या तसा देजा, आनून. नाई त लग्नातल्यावानी पिवया आनान करून!"

"नाईजी, आता कायनं पिवया होते थो. आता लगन थोडंच आये."

"थेच मंतो."

नंतर शामरावच्या बायकोनं लाकडी पेटीतून परीटघडीचा कोट काढून मारोतीच्या स्वाधीन केला. कोट हस्तगत झाल्यावर मारोती समाधानानं आपल्या घराकडे वळला. तो वळत नाही, तोच शामरावच्या बायकोनं मारोतीच्या पाठीकडे आपला अंगठा दाखवला. उद्दामपणे, हवेवर ओवाळल्यासारखा केला. हे पाहून शामराव हलकेच म्हणाला,

"काबाओ, काय झालं?"

"काई नाई."

ती तट्ट्याआड जाताना म्हणाली,

"गंमत पायजा आता तुमी.."

"कायची?"

"सांगत नाई. डोयानं पाऊनच घ्या..."

मारोती आपल्या घरात आल्यावर कपडे करू लागला. हव नको ते पिशवीत भरू लागला. ताणून-ठोसून. तेवढ्यात त्याच्या कुडाशी सायकल थांबली. सायकलवरून न उतरता, जमिनीवर अलगद पाय ठेवलेली एक पोरसवदा व्यक्ती मारोतीच्या घरात-आत डोकावून विचारू लागली,

"कारे, आज कामावर यायचा विचार नाही काय तुझा?"

"कोन, राजाभौ?"

मारोती दाराच्या चौकटीत उभा होऊन अदबशीर सुरात म्हणाला,

"बरे वक्तावर आले तुमी-अज मी येत नाई कामावर."

"आं? अरे, बाबांना दौऱ्यावर जायचं आहे ना... आणि तू..."

"हौ, आच्च्यारोज नाई यनं होत माह्याखून. मी गावाले जातो." मारोती पुढं म्हणाला,

"तुमी साहेबाले सांगा-मारोतीची बायको वज्जर बिमार आये मून पत्र

आलं मना त्याले, त थो गेला मना तिच्या भेटीसाठी... हे पाहा, लागन त पत्र दाखवतो.''

असं म्हणून तो खिसे चाचपू लागला. चेहऱ्यावर शोधक भाव उमटवून उगाचच इकडे तिकडे बघू लागला. पण त्याचं पत्र पाहून होईस्तोवर थांबायला वेळ नसलेल्या राजाभाऊनं सायकल चालू केली.

राजुरवाडीच्या आडरस्त्यावर मोटारीतून उतरलेला मारोती पायवाट तुडवू लागला, झपाझप पाय वाजवीत. सासऱ्याच्या घराच्या व बायकोच्या ओढीनं पायवाट कापू लागला. रस्त्यातली हिरवीगार शेतं, वाड्या मागं टाकीत गावाजवळ जाऊ लागला. गावात शिरल्यावर त्याला एक दोन ओळखीच्या मुद्रा दिसल्या. मारोतीच्या अपेक्षेप्रमाणं त्या मुद्रांनी स्वतः होऊन त्याला रामराम करायला हवा होता. कारण लग्नानंतर तो ज्या चार-दोन वेळा राजुरवाडीत जावई म्हणून आला होता-त्या प्रत्येक वेळेस त्या ओळखीच्या मुद्रांनी मारोतीला-तो ओळखत नसताना रामराम केला होता. ते ओळखीदर्शक हसले-बोलले होते. 'केव्हा आले,' 'कसे आले'ची चौकशी केली होती. पण या खेपेस मारोतीच्या वाट्यास असं काही आलं नव्हतं. त्यांनी मारोतीला ओळखलं नसावं, ते ओळख विसरले असावेत-असंही नव्हतं. कारण मारोती दिसल्या क्षणापासून ते टक लावून त्याच्याकडे बघत होते. जवळ येईपर्यंत न्याहळत होते-अन् अगदीच-म्हणजे 'रामराम' होण्याइतपत मारोती जवळ आला की, तोंड वळवीत होते किंवा आत-आपल्या घरात निघून जात होते. एवढंच नाही, तर गावच्या पारावर पाय खाली सोडून बसलेल्या एका तरुण टोळक्यांनी मारोती पाठमोरा होताच एकमेकांस ढोपरलं होतं. दबकं, चोरटं हसू ते लोक हसले होते, हेही मारोतीच्या ध्यानातून सुटलं नव्हतं. पण त्यात काही अर्थ असेल याची त्याला जाणीव झाली नव्हती.

गावात शिरून गाव तुडवत तुडवत तो चालत होता. बऱ्याच मुद्रांनी स्वतः होऊन रामराम न केल्यानं म्हणा, सहज म्हणा की, आणखी काही उद्देशानं म्हणा एका ओळखीच्या मुद्रेस धरून मारोती मुद्दामच म्हणाला,

''रामराम, नागोजी.''

नागोजी नाइलाजानं, तुटक सुरात पुटपुटला. त्यानं मारोतीला रामराव केला.

यावर मारोतीला वाटलं, आता नागोजी आपल्याविषयी चौकशी करील; पण तसं झालं नाही. 'रामराम' नंतर तो अक्षरही बोलला नाही. हे घडल्यानंतर

मारोती ह्या फसकटीत न पडता सरळ आपल्या सासऱ्याच्या घराकडे चालू लागला.

घरापाशी पोचताच, खाकरून-खोकलून आपल्या आगमनाची चाहूल देण्याची सवय असलेल्या मारोतीनं तसं करून पाहिलं-खोकलून पाहिलं पण कुणीच सावध झालं नाही. परिणाम झाला तो उलटाच. त्यापूर्वी ओसरीत आंबाडीची भाजी तोडीत असलेली त्याची बायको-चेहऱ्यावर तिरस्कार उमटवून ओसरीतली आत गेली. आत फणकाऱ्यानं म्हणाली,

''गिरजे-जाय रामभौच्या घरी माय असन बसली त तिले बलावून आन...''

गिरजा, मारोतीची धाकटी मेहुणी. ती रामभौच्या घराच्या वाटेनं लागल्यावर अन् बायको फणफणत आत गेल्याचं पाहून मारोतीनं आपल्या अपेक्षित मान-सन्मानाची आशा सोडली. पाय धुवायला पाणी वा बसायला खाट टाकून मिळत नाही, हे पाहून तो ओसरीत शिरला. एका भिंतीशी छत्री अन् हातातली पिशवी टेकवली व तिथंच उकिडवा टेकला. चोरासारखा इकडे-तिकडे-दिसेल ते पाहू, न्याहाळू लागला. अवघडलेपणानं. संकोचानं. असा बराच वेळ गेल्यावर त्याची सासू आली. तिच्याही चेहऱ्यावर नापसंती ऐसपैसपणे हातपाय ताणून पसरली होती. ती ओसरीशी आल्यावर-मागच्या गिरजेला म्हणाली,

''काओ, पानीमानी त द्या लागत होतं का नाई त्याईले. पाय धुवासाठी...?''

''मी देत होतीओ-''

गिरजा आपल्या वयास साजेशा मोकळाव्यानं सांगू लागली,

''पन बाईच मने का-''

तसं तिच्या आईनं तिला धमकावलं. ती डोळे टवकारून एकदम म्हणाली,

''जाय, बडबड मंग करजो. आधी पानी दे त्याईले पाय धुवाले...''

जावई-म्हणजे मारोती-पाय धुवायच्या निमित्तानं अंगणात आला. सासू आत आली. घरात जाऊन आपल्या थोरल्या लेकीशी काहीतरी कुजबुजली. ओसरीत येताना ती पुटपुटत होती,

''करा लागते बिचारे. वैरी आला घरा आन् त्याचा अद्रमान करा-अस मन्न आये...'' (वगैरे).

मग हातातला तढवाचा तुकडा जमिनीवर टाकू लागली. मारोतीसाठी

बसायला जागा करू लागली. तेवढ्यात अंगणातला ओल्या पायाचा मारोती धोतराला तोंड टिपत ओसरीत आला. तढवावर टेकला. समाधानानं. किंचितशा.

बराच वेळ जाऊनही चहासाठी काही हालचाल झाली नाही-तेव्हा त्याची जाणीव करून देण्याच्या हेतूनं पण आडोशानं बोलावं तसं तो बोलला,

"मामीजी, पानी द्या, प्यासाठी."

यावर सासूनंही नुसताच पाण्याचा गडवा व पेला त्याच्या पुढ्यात आणून ठेवला. ते झाल्यावर एका बशीत सुपारी व आडकित्ता आणून दिला. तेव्हा मात्र मारोतीनं चहाची आशा आपल्या डोक्यातून कायमची झटकून टाकली. अगदीच मुक्यामुक्या बसण्यापेक्षा काही तरी बोलावं, म्हणून म्हणाला,

"कुठं गेले, हे?"

"कोन?"

"मामाजी, पुंडलीक्राव, जानरावनूतन?..."

"वावरात."

"आता येईनच, नाई?"

"आताच कायचे येतेजी?"

सासू म्हणाली,

"येतीना संजच्या पायरी"

"आता सांज व्हाले काय लागते-"

यावर म्हातारी बोललीच नाही. त्यामुळं मारोतीही गप्प झाला. जराशानं मात्र म्हातारीला बोलावं लागलं. ती आडपडद्यानं बोलू लागली,

"हं, सुट्टीगिट्टी कितीक दिवसाची काहाडली?"

"कायची सुट्टी आन् कायचं काय..."

अशी सुरुवात करून मारोतीनं आपलं महत्त्व पटविण्यासाठी-आपल्याला सुट्टी मिळत नाही, ऑफिसात आपल्याशिवाय नडतं वगैरे बरंच सांगून टाकलं. ते ऐकताना त्याची सासू त्याला नकळत आतल्या आपल्या थोरल्या मुलीकडे अर्थपूर्ण नजरेनं बघत होती. मुलीकडूनही तिला उत्तेजन मिळत होतं. तसं झालं म्हणजे ती तोंडाला पदर लावत होती. वयास साजेशी गंभीर चर्या भासवून मारोतीचं ऐकून घेत होती. एवढंच नाही, तर मारोतीला बोलण्यास उत्तेजित करीत होती. तो भाबडेपणानं बोलत होता. मोकळेपणानं सांगत होता.

अशीच सांज पडली. मग वावराशेतांतली माणसं घरी येऊ लागली. त्यातच मारोतीचा सासरा व दोन थोरले मेहुणेही घरी आले. या तिघांनीही

मारोतीकडे पाहून पहिल्यांदा न पाहिल्यासारखं केलं. ते आपल्याच कामात वेळ घालवू लागले. गाई गुरांचं करू लागले – पण जावईमाणसाकडे त्यांनी लक्ष घातलं नाही.

रात्री सर्वांची, मुक्यामुक्या जेवणं झाली. मारोतीचा मोठा मेहुणा अन् सासरा सुपारी पान करीत त्याच्या शेजारी बसला. मुक्यामुक्याच. मधला मेहुणा बापाच्या सांगण्यावरून कुठंसा बाहेर गेला होता. पानाचे विडे तोंडात कोंबेपर्यंत सारं मुकाट्यानं झालं. नंतर सासऱ्यानं भिंतीला पाठ टेकवली. पुढ्यात गुडघे उभवून त्याभोवती हाताचं आळं केलं. कधी आढ्याकडे तर कधी अंगणातल्या न दिसणाऱ्या अंधाराकडे तो पाहू लागला. कुणाची तरी चाहूल घेऊ लागला. मेहुणा तोंडातल्या पानाच्या तोबऱ्याची मोठमोठ्यानं रवंथ करीत होता. अशानं जणू डोक्यातले विचारच तो तोंडाबाहेर पडू न देण्याची शिकस्त करीत होता. विड्याबरोबर आतल्या आत दुमडत होता.

जराशानं, वयं उलटलेली, डोक्यावर फेटे बांधणारी दोन माणसं अन् जानराव घरात आलीत. ओसरीत टेकताना त्यांनी मारोतीला रामराम केला, बसले. पानं खाल्ली अन् त्यांतल्या एकानं मारोतीच्या सासऱ्यास खुणावलं. दोनदा खुणावल्यानंतर तो सावरून बसला. तोंडातली पानाची पिंक पिचकारली अन् हळूच मारोतीला म्हणाला,

''हं कसं येनं केलं इकडे?''

हे ऐकून मारोतीला धक्काच बसला. काय बोलावं, कसं उत्तर द्यावं, हेच त्याला सुचेना. तो चाचपडू लागला. इकडेतिकडे तोंड लपविण्याचा प्रयत्न करू लागला. हे ध्यानात घेऊन त्याचा थोरला मेहुणा म्हणाला,

''कसं मंजे? आले अस्तीन सुबद्रीले न्यासाठी...''

तो थांबला अन् एकदम मारोतीच्या डोळ्यास डोळा भिडवीत विचारू लागला.

''नाईजी?''

हे ऐकून मारोतीची भीड चेपली. तो सहजपणे म्हणाला,

''हो, तसं मनाले काई हरकत नाई मना...''

''अस्सं आये मंता, नाई–''

मारोतीच्या सासऱ्यानं आवेश भरला. पहिल्यांदा सर्वांकडे अर्थपूर्ण पाहिलं. त्यांचं ध्यान आपल्याकडे ताणून धरलं. मग मारोतीच्या डोळ्याला डोळा भिडवीत विचारू लागला,

''मारोत्राव, तुमाले एक पुसू?''

“विचारानंबा!”

“खरी खरी सांगान?”

आता मात्र मारोती घाबरला. त्याला बोलायला उशीर लागल्यानं सासराच म्हणाला,

“मी, काय मंतो?”

“अं... हं...”

“सांगान, खरी खरी?”

“हौ.”

“तुमी कोठं नौकरी करत अस्ता!”

“पी डब्ल्यू डी त.”

“मंजे, आपिसात ना?”

मारोती बोलला नाही. तोच म्हणाला,

“मी काय मंतो?”

“नाई. इंजिनेरसायबाच्या अरदलीत अस्तो मी.”

“असं माह्या अडान्यासंगं, विंग्रजीत नोका बोलूबा...”

मारोतीचा सासरा इतरांकडे डोळे मिचकावून म्हणाला,

“चांगलं मराठीत सांगा-सायेबाकडे तुमी कोन्तं काम करत असता त!”

यावर मारोती बोलला नाही. सासरा म्हणाला,

“मी काय मंतो?”

तरीही मारोती दगडासारखाच. म्हणून तिथला एक म्हातारा मानभावीपणानं म्हणाला,

“सांगानाओ-जवाईबुवा, खरं खरं सांगाले काय गेलं?”

आणि त्यानं बाजूच्या दुसऱ्या म्हाताऱ्याकडे संमतीसाठी पाहिलं. तोही त्याच गावचा असल्यानं तितक्याच मानभावीपणानं उत्तरला,

“एरी काय त-खरं असलं थे का लपाले गेलं का मनाव् लेक्?”

तरीही मारोती काही बोलला नाही-तेव्हा त्याचा सासरा पुन्हा त्याच्या डोळ्यांत डोळा घालून विचारू लागला,

“काय, नाई सांगत?”

“सांगतीन कसेगा?”

आपर्यंत गप्प बसून असलेला मारोतीचा मेहुणा म्हणाला,

“सांगाजोक्तं अस्तं तई का नाई... थे नाई सांगत, त मी सांगतो-थे सायेबाकडे काय करत अस्ते त-चक्कीतून दयन दयून आनून देते. सातऱ्या

टाकून देते. आन् सायेबाच्या पोराईच्या x x धुते, झालं?''

बाजूच्या वृद्धानं मारोतीला विचारलं.

''होओ मारोत्राव, काय मंते थो? खरं आये का त्याचं मन्नं?''

यावर मारोती न बोलल्यानं त्याचा सासरा म्हणाला,

''खरं आये मंजे? घ्याना आता तोंडावर पुसून!''

जराशानं म्हणाला,

''आन् तुमाले पगार कितीक भेट्टे?''

आताही मारोती बोलला नाही. पहिल्या वृद्धानं तेच पुन्हा विचारल्यावर मारोती अस्पष्ट पुटपुटला,

''सत्तर रुपये.''

''लगेच मेहुण्यानं विचारलं,

''आन् लगन व्हाच्या आधी आमाले कितीक सांगितला होता?''

मारोती गप्पच.

''दिडशे सांगितला होता ना?''

''बरं, नुसत्या सायेबाच्या पोराईच्या x x च धुते काय आमचे जवाई?''

मेहुण्यानं बाजूच्या वृद्धांकडे अत्यंत उपरोधिक नजरेनं पाहून सांगायला सुरुवात केली,

''नाई, सायेबीनचे लुगडेई धुते. त्याईच्या घरचं अन्न घरी आन्ते. बासनं घासते. खोटं असन त घ्या पुसून; मी तोंडावर सांगतो!''

''होओ मारोत्राव-तुमचा साया काय मंते? ...''

आता मात्र मारोतीचा स्वाभिमान खरचटला. आग्यापिछ्याची पर्वा न करता सुरात काव आणून तो म्हणाला,

''पाहा बा, आये हे असं आये.''

''काई लाज वाट्टे का नाई थोडीसी-नाई जनाची त मनाची तरी?''

चिडलेलं मेहुण्याचं तरुण रक्त बोलत होतं,

''लगन व्हाच्या आधी त मारे गप्पा सोडल्या बापाच्या आंधिल्ल्या आन् आता मंता...''

''हे पाहा, पुंडलीकराव-''

तोही तावात येत म्हणाला,

''बापगीप काहाडाची काई गरज नाई-तुमच्या मनात पाठोनं नसन त तसं चक्क सांगा-''

"सांगाले भेतो कायगा? जाय-जाय, नाई धाडत मी माह्या बयनीले-काय कराचं असन त थे घे करून..."

असं ऐकताच मारोतीनं आपलं सामान सावरलं. बाजूच्या वृद्धांनी समजावून आग्रह करून त्यास थांबून घेतलं नसतं तर तो रात्रीच गावाबाहेर पडणार होता. आता रातच्या रात त्या वृद्धाच्या घरी मुक्काम करायचं ठरवून तो त्यांच्यासोबत सासऱ्याच्या घराबाहेर पडला.

त्या रात्री त्याच्या मनात खूप विचार येरझारा घालत होते. घरी, शेजाऱ्या-पाजाऱ्यांना बायको न आणल्याच्या कारणादाखल काय सांगावं, हेच त्याला सुचत नव्हतं. सासऱ्याकडे झालेला अपमान तो कुणासही सांगू शकत नव्हता. ते त्याच्या स्वभावात नव्हतं. त्यामुळे बायको कायमची दुरावल्याच्या दुःखापेक्षा शेजाऱ्यापाजाऱ्यांत होणाऱ्या फजितीचं, हशाचं दुःख मारोतीला अधिक जाणवत होतं. या दुःखानं त्याला रात्रभर झोप आली नाही.

दिवस उजाळल्यावर, केवळ जावं म्हणून तो आपल्या गावाच्या वाटेला लागला...

... अन् मोटारीतून उतरताच त्याच्या पायांत अचानक जोर आला. त्या भरात तो भराभर पाय उचलीत आपल्या घरी आला. त्या वेळी त्याच्या चेहऱ्यावर टवटवी होती.

ठरल्याप्रमाणं शामरावचा कोट घेऊन मारोती त्याच्या घरी गेला. त्याला पहाताच शामरावनं अपेक्षित प्रश्न विचारला,

"कागा, आन्लं बायकोले?"

तसा मारोती धूर्तपणे-झुरळ झटकल्यागत म्हणाला,

"हुडुत् तिची मायभैन..."

"कागा, काय ह्यालं?"

"काय करतंची मायभैन अशी नवऱ्याचा जीव घेनारी रांडकाड् घरात आनून? आपला सोन्यासांगडा जीव जास्तीचा थोडाच आला..."

"पन झालं तरी काय?"

"माह्य नशीब जोरदार, मून मी वाचलो असं समज-नाई त मारोतीच्या गवऱ्या अजच मस्नात गेल्या होत्या."

"तरी पन-"

"अगा-"

तो अत्यंत गांभीर्यानं सांगू लागला,

''माह्यासाठी पाहुन्चार करत होते शिऱ्याचा. त्याच्यात का नाई त थ्या रांडीनं जहर कालवलं... शिऱ्यात...''

''आं, काय त हे!''

''होबा-मले देवानं बुद्धी देल्ली मून मी तट्ट्यातून सैंपाकात पाहाले गेलो, त रांडकाड् पुडी टाकत होती, माह्या शिऱ्याच्या बशीत...''

''मंग?''

''मंग काय-म्यां शिऱ्यालेच काय-पन थ्या घराच्या कोन्त्याच अन्नाले बोट नाई लावलं. सासू-सासऱ्याले जव्हा का हे समजलं त मंग मारे माह्या पायापोटी पडे... मारे आना शपथा घाले-पन एक डाव बिघडलेला मारत्या आईकते कोनाच्या बापाचं? ... म्यां मन्लं आता तुही पोरगी सोन्याची होऊन आली त मी माह्या घरात ठिवत नाई-जाता कुठं भांचोतं हो-''

हे ऐकणारी शामरावची बायको तोंडात पदराचा बोळा कोंबून हसं आवरत होती. शामरावलाच दिसेल अशा बेतानं, पण मारोतीकडे पाहून मान हलवत होती. त्या हलवल्या जाणाऱ्या मानेवरून उघड उघड अविश्वास दर्शविला जात होता. यापैकी कशाची जाणीव नसलेला मारोती पुढं सांगत होता,

''आन् तिथं मी होतो, मून-''

❑❑

भा ई र चं

वामन माथनीच्या तळाशी बसलेल्या पाण्यानं गुरळा करणार होता-पण हाताच्या द्रोणात असलेल्या पाण्यातला वळवळता चामडोक पाहून त्यानं संकल्प सोडावा, तसं हातातलं पाणी माथनीत सोडलं. पुन्हा घेतलं. त्यातही चामडोकांची वळवळ पाहून वामन बिथरला, राहत्या शेडच्या दाराकडे तोंड करून बायकोच्या नावावर दोनचार अस्सल वऱ्हाडी शिव्या हवेच्या हवाली केल्या. मग कशीबशी चूळ भरली. तेच ओले हात केसांवरून कुरवाळले. कमरेच्या खाकी, पण कच्च्या चामड्याइतपत जाड व घट्ट अशा पँटच्या खिशातून बोटांच्या बेचक्यात धरलेलं रुमाल नावाचं तपकिरी चिंधूक बाहेर काढलं. त्यानं नाकाचा शेंडा व डोळ्यांच्या खाचा टिपल्या. मग तिथनं हाकेच्या अंतरावरील आप्पासाहेबांच्या भव्य बंगल्याकडे, पोर्चमधल्या विश्रांतिस्थ हडसनकडे बघत बघत आपल्या शेडकडे चालू लागला. दाराच्या चौकटीत पाय ठेवताना, स्वरात नवरेपणा झोकून त्यानं विचारलं, "चहा तरी झाला काय?"

वामनचा अधिकार झेलीत शेवंती बोलली, "होते."

"होते? कई?"

वामनला उत्तर न देता, सैलपणे ती तक्रार करू लागली, "येनुबाईई कुठं गेल्या काजीनं का! एखाद्या वक्ती कामात पडन मनाव्-त..."

"अओ, पन तू काय करून राह्यली?"

ती बोलली नाही. चुलीतल्या काड्या सरकवत होती. फं-फूं करीत होती. इकडे वामन तिच्या माहेरवासियांचा उद्धार करीत होता. अशी पाचसात मिनिटं गेली, ह्या अवधीत वामनची बडबड थांबली नव्हती. ती थांबणार होती-पण तेवढ्यात त्याला आहाट आला होता नि त्या आहाटानं थांबू पाहणारी बडबड पुन्हा सुरू झाली होती. हे सारे चालू असताना वामनचे कान बसल्या जागून न दिसणाऱ्या पोर्चमधल्या हडसनचा हॉर्न ऐकण्यास टवकारले

गेले होते. डोळे बंगल्याच्या पार्श्वभागावरून गरगरत होते. तोंड काही तरी पुटपुटत होतं.

तेवढ्यात एका हातानं टिनाची भिंत चाचपडत, पाय फरफटत नि हातातल्या कपबशीचा व स्वत:चा तोल सावरीत तट्ट्याच्या आडची शेवंती वामनच्या पुढ्यात आली. कपबशीचा हात ताटरून म्हणाली, ''घ्या!''

वामनचा हात आवाजाच्या दिशेनं यंत्रासारखा ताठ झाला. त्याचे डोळे बंगल्याकडेच होते. त्यामुळं अपेक्षित वेळ होऊनही हातात कपबशी न आल्यानं वामनचे डोळे फिरले. त्यातला रागीटपणा शेवंतीला खालपासून वरपर्यंत न्याहाळू लागला. तरी बशीचा स्पर्श त्याच्या हाताला झाला नाही. वामनचा राग उसळला, ''साली, भोकनी त नाई झाली? दे, मंतो त!''

शेवंती धांदरटपणे स्वत:ला सावरू लागली. तर्कानं कपबशी फिरवू लागली. ओवाळल्यागत करू लागली. नि हे सारं पाहून वामनच्या रागाचं पाणी झालं. तो अर्थपूर्ण हसला. त्या हसण्यात पराक्रम होता. अभिमानही. नाना भाव होते. काय ते शेवंतीच तेवढं समजू शकत होती. ती समजली होती, म्हणूनच लाजली होती. दुसरीकडे तोंड लपविण्याचे एकदोन प्रयत्नही केले होते. त्यातून अप्रत्यक्षपणे वामनच्या पौरुषाला आव्हान मिळालं होतं नि ते त्यानं स्वीकारण्यासाठी की काय तिचा हात धरला. हलकीशी ओढाताण सुरू केली. पण ती व्हायच्या आतच शेवंतीनं बळेच आपला हात सोडवला. लटका राग तिच्या शब्दांतून बुडबुडे फोडू लागला, ''चाला, हात नोका लावू मले! देल्ला माह्या जीवाले घोर लावून!-''

वामन पुन्हा हसला. उद्दाम स्वरानिशी म्हणाला, ''काव्वो, आत्ता काबा कुरकुरते! आन् थ्या वक्ती...''

ती आत गेल्यानं तो सावरला. तोंडाला बशी लावतो न लावतो तोच म्हणाला, ''काओ, चहात काय टाकलं तुनं?''

ती घाबरली, ''काबा, काय पडलं?''

''पेवून पाय बरं!''

''तुमी त सांगा-''

तो बशी जमिनीवर ठेवून म्हणाला, ''समदा चहा तिखट झाला!''

''आता माय! तिखट पडलं वाट्टे माह्याहाखून चहात!''

''पडलं वाट्टे?'' तो एकेका अक्षरावर जोर देत म्हणाला. मग आपल्या स्वाभाविक स्वरात विचारलं, ''काबा, तुले दिसत नाई काय?''

शेवंतीच्या पापण्यांनी नुसती केविलवाणी उघडझाप केली. ती बोलली नाही.

तोच आपुलकीनं म्हणाला, ''असं होतं, त मंग, येनुले काबा नाई बलावलं?''

''थ्या बसल्या वाट्टे, यसोदीच्या घरी जाऊन...''

''मले त सांगा लागत होतं, का नाई?'' आता एकदम त्याच्या स्वरात जिव्हाळ्याचा ओलावा जाणवू लागला, ''म्या करून घेतला असता, आच्च्या दिवस माह्यापुरता चहा!''

ती नुसती पापण्यांची उघडझाप करीत होती. त्यानं तिच्याकडे पाहिलं. जरा जवळ जाऊन. मग विचारलं, ''काओ, तुले कईपासून दिसत नाई?''

''सकाई उठली-तईपासून.''

''राती, चांगलं दिसत होतं?''

''हो. तुमाले वाढून देल्लं, सासूबाई आन् आमी जेवलो तईई चांगलं दिसत होतं.''

''मंग, असं कईपासून झालं?''

''काऽजीनं!''

वामन विचारात पडला. स्वत:शी विचार केला नि आठवण झाल्यागत् एकदम बोलला,

''म्या त आईकलं का गरवारपनात जे चान्नअंधार लागते, त्यानं फक्त रातीच नाई दिसत-दिवसा ढवया चांगलं दिसते, मून...''

वामनच्या बोलण्यात शेवंतीला जिव्हाळ्याची ओली वाट दिसताच तिनं बोलण्याची पावलं टाकण्याचं धाडस केलं, ''होनाओ! माई मायई सांगे का गरवारपनातल्या चान्नअंधारात रातचंच काय थे दिसत नाई-''

''मले वाट्टे-मांगलरोजा बुढीनंई त मनलं होतं का, चान्नअंधार लागाचं असलं ते थे पाचव्या-साव्या मयनीच लागते मून, नाईओ?''

''हो. मंग हे आता होत्या मयनी काय असन मनाव् लेक!''

''काय सांगाव् बा? आपल्याले त काई समजत नाही...'' वामननं सावरून म्हटलं, ''आता घटकाभऱ्या बुढी येईन दूध इकून, तवा तिले सांगजो!''

शेवंती बोलली नाही.

''काय मंतो?''

''मले सरम लागते!''

"अस्सं?"

त्यानं मानेला झटका देऊन अर्थपूर्ण स्वरात विचारलं. मग म्हणाला, "बरी आयओ तू? अशी सरम सरम किती दिवस करत रायशीन-काई समजत नाई!"

शेवंतीनं यावर उत्तर दिलं नाही.

"पोट-मोट दुखते काय?"

तिनं लाजून मान हलवली.

"अजिबात दिसत नाई काय?"

"झावर झावर दिसते."

तो आणखी विचार करकरून बोलू, विचारू लागला. त्याच्या शब्दाशब्दांतून काळजी ठिपकत होती नि नुसत्या काळजीनं प्रश्न सुटू शकत नाहीसं त्याला वाटत होतं. अनुभवाबाबत ती दोघंही नवखी होती. म्हणून कधी तो तिला विचारीत होता, "असं होत असते काय सर्व्या बायकाईले?"

ह्यावर तिचाही नवखेपणा उत्तर करीत होता, "काजीनं."

आप्पासाहेबांच्या हडसनचा हॉर्न वाजला व वामननं सारं जिथल्या तिथं सोडून डोक्यावर टोपी ठेवली. तिच्या बाहेर डोकावू पाहणारी केसांची झुलपं एका हातान टोपीत कोंबत कोंबत वामन पोर्चच्या दिशेनं निघून गेला.

मग शेवंतीनं टिनाच्या एकपाखी दाराला कडी लावली. माथनीतल्या गढूळ पाण्यात तंबरेट बुचकाळलं व केवळ सरावानं-पाय फरफटत चालू लागली. त्या भव्य कंपौंडच्या एका कोपऱ्यातल्या संडासाकडे. तिकडे जाताना मध्ये दोनेक मोऱ्यांचे दांड आडवे येत. त्या उघड्या मोऱ्यांची काच धरून ती जमिनीवर पाय फरफटू लागली. एक दांड ओलांडल्यावर तिला अर्ध हायसं वाटलं. दुसऱ्याची भीती चेहऱ्यावर होतीच. तेवढ्यात विरुद्ध बाजूनं येणाऱ्या कुण्यातरी पुरुषानं ओलांडल्याची तिला जाणीव झाली. मागं गेलेल्या पायरवाकडे ती वळून न्याहाळू लागली. पापण्याची बापुडवानी उघडझाप झाली नि त्या अवधीत एक शंका तिच्या विचारांना ओलांडून गेली. 'लायने सायेब त नाई!' नि ती खजिल झाली. कारण राजाभाऊपुढून ती कधी जात येत नसे. पहिल्या महिन्यापासून वाढीस लागलेलं आटीपोट राजाभाऊंना दिसू नये ह्याची स्वत:च्या लाजेस्तव तिनं आजवर सतत खबरदारी राखली होती. आज अचानक ती तिच्याकडून सुटली होती. वरमलेल्या मुद्रेनं ती अधिकच घाईनं पाय फरफटू लागली. तोच दुसऱ्या मोरीच्या दांडात पाय मुडपला. शेवंती धाड्दिशी कोसळली.

शेवंती पडल्याचं पाहून रहाटावर पाणी ओढणारी माळीण, अंगणात सडा फेकणारी कौतिक आणि आपल्या मुलाच्या अंगावर पाणी ओतणारी गंगा ह्यांनी एकच गिलका गेला. अर्धा ओढलला रहाट सोडून माळीण शेवंतीकडे धावली. तशा तिथल्या आणखी दोघीतिघी शेवंतीवर धावल्या. राजाभाऊ हे सारं जागून, थांबून बघत होते.

कौतिकनं शेवंतीला सावरलं. विचारलं, ''काओ, काय झालं?''

''काय होईन, आला असन चक्कर-गिक्कर!''

''हो ओ?''

तरीही शेवंती बोलली नाही.

दोघी तिघींनी तिला उचलून उभं केलं. विचारलं,

''बाई शेवंते, काय झालं माय?''

''पोटमोट दुखते काय?''

''मंग काऊन पडली त?''

''तुले नाली दिसली नाई, काय?''

''आता माय!''

''आन् कईपासूनओ?''

''रातपासून, असन्!''

''नाई, सकायच्या पायरी आंगनात गेली-तईपासून...''

''हे त भलकसं सोंग झालं मनाव्!''

''मीई आठा लेकराची माय झाली-पन असं होत्या मयनी चान्नअंधार लागल्याचं आईकलं नाई, माय!''

''घरात चालतं, का परसाकडे?''

''घरातच जातो...''

मग दोघी तिघींनी धरून तिला तिच्या टीनशेडमध्ये आणून बसवली. त्या वेळी कुणी तिच्या सासूची, कुणी नवऱ्याची चौकशी करीत होतं. उत्तरादाखल शेवंती फार कमी बोलत होती. त्याची उणीव येनू भरून काढत होती. असं बराच वेळपर्यंत झालं. मग वाऱ्यासारख्या धावून आलेल्या त्या बायाबापड्या आपआपल्या कामी निघून गेल्या. जाताना येनूवर शेवंतीकडे ध्यान ठेवण्याची जबाबदारी सोपवली म्हणून येनू ती पार पाडीत होती, अशातला भाग नाही-तर शेवंतीची ही अवस्था पाहून तिला अपराध्यासारखं वाटत होतं. नि ती चूक सुधारण्यासाठी येनू आता शेवंतीसाठी काहीही करायला तत्पर झाली होती. शेवंतीची स्वाभाविक हालचालही आपल्या मदतीची अपेक्षा करतेसं

तिला वाटत होतं. तिच्या नाका-तोंडावाटे श्वास जरी बाहेर डोकावला तरी येनूच्या साऱ्या शरीराची हालचाल होत होती. तिला वारंवार विचारीत होती, ''वैनी, काय पायजे? कसं लागते? दादाची मोटर गेली का नाई त पाऊ काय?''

नि ह्यांपैकी कशाचंच उत्तर मिळत नसल्यानं ती संतापत होती, ''ह्यॅत् बापा! मायई कई येते काजीनं का!''

असा अर्धा पाऊण तास गेला. ह्यात दोघींच्याही शरीराविर्भावात काडीचा फेरफार झाला नाही. शेवंती जागेला खिळून होती. बसल्या जागी शरीराचा तोल सावरणं तिच्यासाठी जड होऊन बसलं होतं. ते हलकं करण्यासाठी तिच्या दोन्ही हातांचे तळवे जमिनीवर पालथे टेकविले होते. श्वासोच्छ्-वासागणिक तळव्यांच्या जागाच तेवढ्या बदलत होत्या. येनू मायची वाट बघत होती.

मग तिची माय आली. तिच्यापाशी दुधाच्या रिकाम्या-पण धुऊन स्वच्छ असलेल्या बदन्यात जोंधळे होते. आल्यासरशी तिनं बदन्यांतले जोंधळे शेवंतीच्या पुढ्यात ओतले व तंबरेट शोधता शोधता नेहमीच्या हुकमी आवाजात हुकूम सोडला, ''खामटु नोको! मी येईठावरक ह्या जोंधयातले खडेगोटे काढून ठेव-मंग तिकडून आल्यावर दयाले जातो!''

आणि आपल्या कामी निघून गेली. याही क्षणी म्हातारीला प्रत्युत्तर न देण्याचा रिवाज शेवंतीकडून मोडवला नाही. ती उठली. कोपऱ्यातल्या खिळ्याला अडकवलेलं सूप काढलं. त्याच्या कोपऱ्यात लुगड्याच्या चिंध्या कोंबल्या. जोंधळे पाखडले आणि पुन्हा बदन्यांत भरले. परतलेल्या म्हातारीनं जोंधळ्याचा बदना पुढ्यात फरफटला. विचारलं, ''निसले?''

शेवंती काहीशा जड, अस्पष्टपणे पुटपुटली, ''हो.''

नि सवयीप्रमाणे म्हातारी निवडलेल्या जोंधळ्यांतून हात फेरू लागली, तेव्हा प्रथम तिला काडी लागली. मग बोंडांचा तगर. नंतर दोनेक खडे. म्हातारीचा ताव तणतणू लागला. त्यासरशी बदन्यांतली जवारी जमिनीवर टाकली गेली. पसरलेल्या जवारीत असंख्य खडेगोटे पाहून म्हातारी खेकसली, ''काओ, जवारी निसली तुनं?''

शेवंती बोलली नाही. म्हातारीचा पारा चढू लागला.

''अओ, मुक्या वानाचे, जवारी निसली का मून इचारतो, त कान पेटले काय?''

येनूनं वकिली केली, ''मा, वैनीच्या डोयानं दिसत नाईओ!''

म्हातारीचा आवेश ओसरला, ''होओ?''

''हो.''

''ऑ, कईपासून?''

शेवंतीनं तोच पाठ वाचला. शेवटी येनू म्हणाली, ''आन् मा, वैनी का नाई त पडली होती.''

''ऑ, कुठी?''

''पायखान्याकडे जाता-वक्ती नाल्या नाई लागत? तथी!''

म्हातारी विचारात पडली. मग शेवंतीच्या कानांत काहीतरी विचारलं. तिनं नकारार्थी मान डोलवली. म्हातारी अधिकच गंभीर झाली. मस्तकावर तळवे ठेवून विचार करू लागली. विचार केला केला नि स्वतःच हातांत सूप घेतलं. भराभर जवारी पाखडू लागली. निसणं झालं. चक्कीच्या वाटेनं लागली. पीठ घेऊन परतली तेव्हा शेवंती पूर्वीच्याच जागी बसून होती. म्हणून म्हातारी पुढच्या कामी लागली. सारवण झालं. म्हशीचं शेण थापणं, वगारांना ताक पाजणं झालं. भाकरी झाल्या. तेवढ्यात आप्पासाहेबांना कोर्टावर आणि त्यांच्या पोरासोरांना कॉलेज-कॉन्व्हेंटवर पोचवून वामन घरी आला. एकीकडे त्याला नि लगेच तट्ट्याच्या आड शेवंती व येनूला म्हातारीनं जेवायला बसवलं. नाही-नाही, करणाऱ्या शेवंतीला म्हातारीनं अर्धी भाकरी व दूध खायलाच लावलं.

त्या वेळी वामनचं जेवण झालं होतं. सकाळची घटना तो विसरला नव्हता - म्हणून जरा खिन्न होता. बोलका स्वभाव असून स्वभावाला दुमट मारीत होता. तितक्यात म्हातारी त्याची तास्की उचलायला तिथं आली. ओणवी नाही होत, तर तट्ट्याच्या आडून येनू ओरडली, ''माओ-मा! वैनी पाय कशी करते!''

तोच वामन व म्हातारी तट्ट्याआड धावली. पाहते, तर शेवंतीनं डोळे पांढरे केले होते. तिचा उजवा पाय जमिनीला घासत-खालीवर होत होता. तीच गत उजव्या हाताची होती. चेहरा डावीकडे झटके दिल्यासारखा हलत होता. तोंड उघडं होतं. त्यांतून दुधासारखं पांढरं पाणी सतत सांडत होतं. तोंडातून विशिष्ट प्रकारचा खरखराट-ज्यानं जवळच्या माणसाला भयानं कापरं भरावं असा-सारखा खरखरत होता. हे पाहताच म्हातारीचं धाबं दणाणलं. तिनं आपली शक्ती पणास लावून शेवंतीची हालचाल काबूत आणण्याचा प्रयत्न केला. तोंड मिटविण्याचा प्रयत्न करू लागली. हात धरून ठेवू लागली. पायाची हाल थोपवू लागली. पण तिची शक्ती कमी पडू लागली. तिनं

वामनला मदतीला बोलावलं. पण तोही म्हातारीच्या मदतीस अपुरा ठरला. झालं. म्हातारीचे दहा गेले नि पाच राहिले. वाकडं तिकडं तोंड करून उमाळा आवरून ती बोलू लागली,

"देवा, कोन्त्या सटवीनं माह्या सुनीले मूठ मारलीरे बाप्पा! आता माही सोन्यासारखी सून जातेरे बाप्पा! बाप्पा देवा, कसं होईनरे या दोन जीवाच्या गाईचं? तुले आमच्यावर घालाच घालाचा होता, त थो माह्यावर काबा नाई घातला? मले आत्ता उचलून नेशीन, त मी याले तयार हाये, पन माह्या सुनीले काई नोको दाखवू बाप्पा! ये अंबाबाई! धावओ! नाई त माह्या रांडमुंडीचं नांदतं घर वस पडते..."

एका टिनाआड राहणाऱ्या कौतिकच्या घरातली झाडून सारी माणसं वामनच्या दारात आली. पिठानं लडबडलेला हात वाऱ्यावर ओवाळल्यासारखा करून कौतिक विचारती झाली, "काओ, काय झाल शेवंतीले?"

म्हातारी स्वत:शी बोलावं, तशी पुटपुटली, "काय सांगू माय, माह्यं कर्म! माह्यं खातंपेतं घर कोन्त्या रांडीच्या नाई त रंडव्याच्या डोयांत खुपलं! त्याचा मुरदा गेला गावाखाल्ती! माह्या सोन्यासारख्या सुनीले मूठ मारलीओ बिचारे, कोन्या दुस्मानानं!"

"लडू नोको!" कौतिक म्हणाली, "कोन्त्या जान्त्या-मान्त्याले नाई बलावलं कायओ?"

"इथं कोनी नाई माय-माह्या ओयखीचं! तूं सांगनं तुह्या ओयखीचा असनं त एखांदा?"

"कोनाचं नाव सांगू..." कौतिकनं आपल्याशी विचार केला. मग बाजूला उभ्या असलेल्या खरकट्या हाताच्या नवऱ्यास विचारलं, "काओ, थ्या दिशी देवकीले पानी देल्लं, थो माहार कुठं रायते?"

"तपकिऱ्या माहार ना? थो रायते फैजरपुऱ्यात, वडाचं झाड हाये, त्याच्या घराम्होरं!"

म्हातारी भगवंतरावची विनवणी करू लागली, "तुमीच जाना, तुमच्या ओयखीनं लवकर येईन, थो! - काय मांगन थे देईन मी त्याले. माह्या सुनीले होती तशी करून दे मना!"

बरं, म्हणून भगवंतराव आपल्या घराच्या दिशेनं गेला. त्याच्या मागं कौतिक नि तिच्या पाठोपाठ बोटं चोखणारी दोन तीन पोरेही गेली. तरीही वामनच्या घरात उजेड शिरला नाही. उजेडाला रोखणारी कितीतरी माणसं, तिथं कोंडाळं करून उभी होती. शेवंतीची कणव घेऊन बोलत होती. सल्ला

देत होती. अनुभव सांगत होती. कुणी कुण्या जाणत्याचा तर कुणी आणखी कुण्या जाणत्याचा. कुणाला कुणाच्या एका पाण्यानं गुण आला होता. कुणाला कुणाच्या एका दोऱ्यानं गुण आला होता. कुणाचं दुःख शेवंतीच्या दुःखापेक्षा शतगुणित होतं, तरी ते एका जाणत्याच्या एकाच फुंकरीनं उडालं होतं. पण प्रत्यक्षात मात्र वामनच्या घरापुढं कलकलाटाचं प्रदर्शन भरलं होतं. त्यांतल्या कुणाचं ऐकावं नि कुणाचं सोडावं, हे म्हातारीच्या आणि वामनच्या ध्यानात येत नव्हतं. ध्यानात आलं होतं ते हे की, त्या सर्वांनी शेवंतीच्या दुखण्याला 'भाईरचं' हे एका मतानं ठेवलेलं नाव. वामन सुन्नपणं सारं बघत होता. एकदा कलकलाटाकडे व दुसऱ्यांदा शेवंतीच्या हालचालीकडे.

तेवढ्यात कुणीतरी सावधगिरीची सूचना दिली, "लायने सायेब, येऊन राह्यले!"

सर्वांची वटवट विरू लागली. माळीणनं डोक्यावर पदर सावरला. कलावंती आपल्या घराची वाट चालू लागली. काहींनी दारात अडलेला उजेड सोडला. वाट मोकळी करून दिली. वामन उभा झाला. दाराशी टेकलेल्या राजाभाऊंना म्हणाला, "या साहेब!"

"कारे, कशाची गडबड आहे?"

वामन बोलला नाही. जे तो बोलला नाही, ते आत आल्यावर राजाभाऊ स्वतः पाहू लागले. मग म्हणाले, "कधीपासनं होतंय्, असं?"

मग काही म्हातारीनं व जे तिला माहीत नव्हतं ते वामननं त्यांना भराभर सांगून टाकलं. ऐकून राजाभाऊ म्हणाले, "काही औषध वगैरे दिलं?"

"जी, नाही."

"मग असं कर, मी चिठ्ठी देतो डॉक्टर पाध्येंना-ते देतील काय द्यायचं ते! आणि हिला आताच्या आता त्यांच्याकडे घेऊन जा..."

"जी हो!"

"चल माझ्यासोबत!" बाहेर पडताना राजाभाऊ म्हणाले, "डॉक्टरांच्या सल्ल्याशिवाय दुसरं काही देऊ नको, हं!"

"जी, नाही."

आणि पाहता पाहता ते दोघे बंगल्याकडे निघून गेले. ते गेल्यावर जानराव हळूच म्हणाला, "ह्या भाईरच्याच डॉक्टराले काय समजन, मनाव् लेक्?"

पथ्यावर पडल्यागत् स्वराविर्भाव करून कुणी तरी बोललं, "काजीनं का

बा! माहे एवढे कायाचे पांढरे झाले, पन या भाईरच्या दुखाले कोन्त्या डाक्तरनं सुदा केल्याचं पायलं नाई, का आईकलं नाई.''

''पन आपल्याले काय करा लागते? त्याईचा डाक्तरावर इस्वास आयेना? मंग, आनू द्या डाक्टराले...''

हे एकून म्हातारीला एकाकी वाटलं. ती आवंढा गिळून म्हणाली, ''नामदेवबुवा, अशा वक्ती नोकाओ माह्यं रांडमुंडीचं चीत पाऊ. मी नाई धाडत गिडत माह्या सुनीले डाक्तराकडे. तुमाले वाटन, तसं करा. लेकरू तुमचं आये-असं समजा. पन थ्या दोन जिवाच्या गाईले वाचवा. माही सवासीन माह्या पदरात टाका. मी तुमचे पाय धरतो...''

म्हातारी आणखीही बोलणार होती-पण तेवढ्यात तपकिऱ्याला घेऊन भगवंतराव दारात आला. दोघेही घरात शिरले. म्हातारीच्या जिवात जीव आला.

त्या वेळी बघ्यांच्या नजरेत कुतूहल नि तपकिऱ्याच्या नजरेत अभिमान दाटत होता. आला तसा तपकिऱ्या साडसूड शेवंतीपाशी गेला. म्हातारीला अधिकारानं म्हणाला, ''हं आजीबाई, द्या थ्या झाडाले, सोडून.''

म्हातारी समजली नाही. जानरावनं वकिली केली, ''शेवंतीले सोडून द्या, मंते!''

म्हातारीचा जीव खालीवर झाला, ''थे हातपाय घासतेजी!''

''घासू द्या, घासू द्या! - तुमी आंधी झाडाच्या दूर व्हा!''

मनाला आवरीत नि तपकिऱ्याकडे अविश्वासानं बघत म्हातारी शेवंतीच्या किंचित अलग झाली. अलग होण्यापूर्वी शेवंतीचा पदर नीट केला.

तपकिऱ्या शेवंतीपुढे सरकत म्हणाला, ''अनूखी थोडंस सरका, तिकडे.''

मग त्यानं शेवंतीचं मनगट आपल्या हातात घेतलं. तो एका हाताच्या बोटानं नाडी चाचपडत होता व दुसऱ्या हाताच्या बोटानं शेवंतीच्या हाताची बोटं चाचपडत होता. त्याचे डोळे आढ्याचे वासे बघत होते. क्षणांतरानं म्हातारीला त्यानं विचारलं, ''झाडाले दिवस आये वाट्टे?''

''जी हो!''

''मंग लागट बांधता येनार नाई!''

''मंजे?''

जानराव म्हणाला, ''लागट मंजे, शेवंतीच्या आंगात आये, थे!''

''काय, माह्या सुनी भूत लागलं?''

तपकिऱ्याच्या चेहऱ्यावर अभिमान मानवत नव्हता, ''त?''

“कोनाचं?”

“थे काय आताच सांगता येते?”

“निघन का नाई?”

“पाहा लागन, भजनी देऊन!”

म्हातारी हक्‌पक् झाली. जानरावनं तपकिऱ्याला विचारलं, “मंग, कई देता भजनी?”

“तुमी मनान तई! पन आगूदर आजीबाईले विचारा, द्याची का नाई त!”

“आजीबाई काय सांगते. काओ बुढे, सून पायजे ना?”

“हो बाप्पा! काईई करा–पन माही सून माह्या पदरात घाला!”

जानराव तपकिऱ्याला म्हणाला, “मंग, कई देता भजनी?”

“मनान त अजच देऊ राती!”

“आता काई नाई करत काय!”

“केलं अस्तं–पन झाड दो जीवाचं आये. मनान त शिव बांधून देतो आताची!”

“द्या, शिव तरी बांधून द्या!”

मग तपकिऱ्या म्हणाला, “बाज टाका. थेई अशा जागी टाका–का तिथून हालवाचं काम नाई पडलं पायजे.”

म्हातारीऐवजी दुसरीच कोणी तरी बाहेरून बाज घेऊन आली. टाकली. त्यावर शेवंतीची वाकळ अंथरली. मग तपकिऱ्या त्या खाटेपाशी गेला. हातातल्या राखेवर छू–छा केलं. ती हातांत चुरळून भुकटी केली व ती भुकटी शेवंतीच्या खाटेभोवती टाकली. राखोडीचं कटघर केलं. मग हात झटकीत तपकिऱ्या म्हातारीला म्हणाला, “आता मी येईठावरक झाडाले बाजीखाली उतरू देऊ नोका, समजले?”

म्हातारीनं कृतज्ञतापूर्वक मान हलवली. तपकिऱ्या उठायला लागला तेव्हा म्हणाली, “थांबाल च्या मांडतो.”

“काई नाई लागत...” तो ताठरपणं उत्तरला व पायांत जोडा घालताना म्हणाला,

“झाडाच्या घरी आमी लोक, पानी त नाई घेत–त मंग च्या कुटचा घेऊ! बरं, संजच्यापायरी येईन!”

तो भव्यशा कंपौंडबाहेर नाही जात, तर वामन घरात आला आणि आपल्या गैरहजेरीत बायकोच्या तब्येतीत काडीमात्राचा फरक पडला नाही, हे पाहून म्हणाला, “मा, तिचं लुगडं बदलव बरं! मी मोटर आन्तो, तिले डाक्तराकडे न्यासाठी.”

“काई नाई न्या लागत. इथंच होते बरी!”

हे ऐकून वामन बावरला, मग त्याला जानरावनं सारं समजावून सांगितलं. पटविण्यास भगवंतरावानं मदत केली. तशी ती करण्यास तिथल्या सर्व तोंडांचा वाटा होता. हे ऐकून वामनला साहेबांपाशी कबूल केल्याप्रमाणं बायकोला डॉक्टरांकडे न नेण्यात होणाऱ्या साहेबांच्या अपमानाचं कुसळ सलत होतं-पण ह्या ठिकाणी त्याला महत्त्व नसल्यानं व कोणत्याही उपायानं का होईना-बायको दुरुस्त होण्याची लक्षणं दिसत असल्यानं वामननं साहेबांच्या अपमानाला दुय्यम स्थान दिलं. तो रात्र होईपर्यंत तपकिऱ्याची वाट पाहू लागला.

तपकिऱ्या आला तो ठरल्यापेक्षा तब्बल दोन तासांचा उशीर करून. त्या वेळी दहासाडेदहाचा सुमार होता. वामनच्या शेजाऱ्यापैकी बऱ्याचशांनी आपापली अंथरुणे सुधारली होती. उन्हाळ्याची सुरुवात असल्यानं बहुतेकांची अंथरुणे बाहेरच होती. आप्पासाहेबांच्या गच्चीवर पलंग पडले होते. त्यांनी मच्छरदाण्यांचे पिसारे पसरले होते. पैकी एका पलंगाच्या मच्छरदाणीचा एक कोपरा उघडा होता व कोपऱ्याशी टेबल लॅंप जळत होता. पलंगावरचे दोन डोळे हातांतल्या पुस्तकाकडे एकटक बघत होते.

ह्या वेळी घाईने आलेला तपकिऱ्या एकाएकी वामनच्या घरात शिरला. तिथं म्हातारी, जानराव, भगवंतराव आणि वामन ही सारी जण निपचित शेवंतीच्या खाटेशी जागता पहारा करीत होती. तिथं टेकताच तपकिऱ्या म्हणाला, “हं, काय मंते झाड?”

म्हातारी तत्परतेनं अलग होत म्हणाली, “पाहाना तुमीच!”

“हातपाय घासनं कईपासून थांबलं?”

“तुमी गेल्याच्या घटकाभऱ्यानं!”

“थेच मंतो! बरं, म्यां मंघा सांगितलं थे सामायन आन्लं!”

वामन उत्तरला, “हो. मा थे थैली दे बरं त्याईले!”

म्हातारीनं पूजेच्या सामानाची पिशवी तपकिऱ्यापुढं आणून ठेवली. त्यानं तितलं सारंच बाहेर काढलं. आपण सांगितलेलं सारं सामान त्यांत असल्याचं पाहून त्याच्या चेहऱ्यावर समाधान तळपलं, तरीही होती-त्यापेक्षा गंभीर मुद्रा करून तो म्हणाला, “इथं ईहीर आयेना?”

“हो.”

“मंग, आदूगर डोकस्यात टोपी घाला आन् एक बाल्टी भरून आना?”

वामन आज्ञाधारकपणं पाण्याला गेला. आल्यावर तपकिऱ्या त्याला हातानं दाखवून म्हणाला, ''एवढी जागा सारवा.''

जराशानं ''झालं? आतां झाडाले बसतं करा.''

मग जानरावच्या मदतीनं वामननं खाटेवरच्या निपचित शेवंतीला बसतं केलं. ती कलंडू नये म्हणून दोघांनी दोन दंड धरून ठेवले.

तोवर सारवलेल्या जागी तपकिऱ्यानं नव शेर तांदळात एक पुतळा काढला. त्याच्या उजव्या बाजूस चार व डाव्या बाजूस चार अशी ओळीनं लिंबं ठेवली. नवनवच असलेल्या खारका-बदामांची एक रांग पुतळ्याच्या पायाशी लावली. त्या साऱ्यांना हळद-कुंकू लावलं. पुतळ्याच्या पोटावर नववं निंबू ठेवलं. त्यालाही हळद-कुंकू लावलं. हेच सारं पुतळ्याच्याही बाबतीत झालं. कापूर जाळला. उदाचा अन् राळेचा घमघमाट सुटला. त्यावर शेवंतीचं डोकं धरण्यात आलं. कानात धूर जाऊ देण्यात आला. हे सारं तपकिऱ्या एकाग्रतेनं करीत होता. आपल्या प्रत्येक कृतीसरशी तोंडानं काहीतरी पुटपुटत होता. एकाएकी पुटपूट थांबवून म्हणाला, ''आजीबाई, पारीस आना!''

हे म्हातारीला उद्देशून बोलल्यावर स्वत:शी पुटपुटला, ''पारसाचं काम त नाई पडनार मना पन असो जवय. लागट कसं आये आन् कसं नाई!''

शेजारच्या म्हातारीनं आणलेली सहान तपकिऱ्यानं ताब्यात घेतली. दक्षतेनं बाजूस ठेवली. मग पुतळ्याच्या बेंबीवर लिंबू धरलं. मुठीत दाबलं. तोंडाशी नेऊन त्यावर फुंकर घातली. नंतर उदाच्या धुरावर धरलं. फुंकर घातली आणि पुतळ्याच्या-बेंबीवर ठेवलं. एका हातानं आपल्या टोपीतला भला थोरला चाकू काढला. उलवला. तोही धुपावर धरला. त्यावरही छु-छा झालं. मग तो कुणावर उगारावा तशी त्याची मूठ आपल्या दणकट पकडीत पडून वामनला तपकिऱ्या सावध करता झाला, ''वामनराव, झाडाले पक्क धरून ठेवा बरं!''

लगेच जानरावनं शेवंतीची पकड सावरली. वामन सावध होताच.

तितक्यात तपकिऱ्यानं चाकूचा वार पुतळ्याच्या बेंबीवरील लिंबावर मारला. तो जबरदस्त असल्यानं चाकूचं पातं जमिनीत खुपसलं गेलं. साशंक चेहऱ्यानं तपकिऱ्या वामनला म्हणाला, ''काहो, काय मंते झाड?''

''मंजे?''

''तुमच्या हाताले झटकागिटका देल्ला काय झाडानं?''

''नाई, तसं त काई नाई झालजी!''

''वामनराव, भजनी बसली नाई वाट्टे! लागट जबरदस्त दिसते बा!''

वामन नुसता बघत राहिला. तपकिऱ्या म्हणाला, ''अओ, असं तसं असतं, त म्यां जसा चाकूचा दनका हानला तसं झाड जागचं उठून पयालं असतं-बोंबलूं बोंबलूं लोक गोया केले असते, त्यानं.''

म्हातारी काळजीनं बोलली, ''आताजी?''

तपकिऱ्यानं म्हातारीचा रोख ओळखला, ''आताजी कायची, तुमाले वाट्टे का, खडी फोडल्याबिगर मी जाईन मून? आमी लोक लागटाले भेत नसतो आजीबाई! मंग लागट काढता काढता आमचा जीव गेला तरी बेहत्तर! झाडाले मोकय केल्याबिगर अन्न घेण्याची शपत घेतली हाये, म्यां?''

आणि आवेशासरशी त्यानं सहानीवर पाणी टाकून ती धुवून काढली. मग स्वतःच्या खिशातून चुरगळलेल्या कागदाची पुडी काढली. पुडीतल्या चार बिया सहानेवर घासू लागला. त्या तो बोटानं धरून घासत होता. दुसरीकडे बोलत होता, ''लागटाच्या बाप्पाले या लागन तपकिऱ्याम्होरं! आन् झाडाले काबा घेरलं थेई सांगा लागन! थो काय समजते, या तपकिऱ्याले!''

वामनकडून नाही राहवलं, ''लागट सांगन कायजी?''

''त्याचा बाप सांगन! आता आन्तो त्याले झाडाच्या आंगात, तुमी गम्मत त पाह, नुसते!''

सारी जण गप्प होती. कुतूहलानं तपकिऱ्याच्या हालचालीकडे बघत होती. तेवढ्यात सहानीवरचं ओलं बोट शेवंतीच्या डोळ्याशी नेऊन तपकिऱ्या सर्वांना म्हणाला, ''हं, जरा पक्कं धरा!''

वामननं काळजीनं तपकिऱ्याला विचारलं, ''आता, काय करता?''

तो साध्या स्वरात म्हणाला, ''डोयांत घालाचं हाये. हात पाय पक्के धरून ठेवा. ठेवले?''

तपकिऱ्यानं शेवंतीची मिटलेली पापणी बळेच उघडून आपलं ओलं बोट तिच्या डोळ्यांत, काजळ घालतात तसं फिरवलं.

आणि तोच आयुष्यात कधी नसेल एवढ्या जोरानं शेवंती किंचाळली. किंचाळताना ती न दिसणाऱ्यांच्याही मायबहिणींचा उद्धार करू लागली. तिला पकडून ठेवणाऱ्याच्या अंगावर संतापानं थुंकू लागली. लाथा झाडू लागली. डोके छातीशी टेकविण्यासाठी मान वाकवू लागली. उताणी होऊ लागली. धरून ठेवणाऱ्यांशी झटपटू लागली.

तपकिऱ्या समाधानानं बोलू लागला, ''मी नवतो मनत का, लागट जबरदस्त आये मून? पाहा, आत्ता त्याची गम्मत-''

शेवंती ओरडत होती. आजूबाजूला झोपलेल्यांतील सारीच जागी झाली

होती. वामनच्या दारात येत होती. शेवंतीला बघत होती. त्यातली कुणी बघून परतत होती. त्यातच चट्ट्यापट्ट्याचा पायजामा नि अंगात पांढरीशुभ्र बनियन असलेले राजाभाऊही तिथं आले. त्यांना वाट मिळताच ते दारात उभे राहिले. शेवंतीची तळमळ पाहून किंचितशा चिडेनं वामनला विचारलं, ''कायरे, काय चाललंय्?''

वामन म्हणाला, ''डोयांत काई तरी घातलं.'' मग त्यानं तपकिऱ्यालाच विचारलं, ''काओ काय होतं थे?''

तपकिऱ्याला चाचपडत का होईना, बोलावं लागलं, ''काई नाई, मिरचीच्या बियाची भजनी देल्ली!''

''काय, म्हणतोस काय?''

जानराव म्हणाला, ''खडी फोडाची हाये... त्याच्यासाठी...''

''म्हणजे काय?''

''मंजे असं, पोरीच्या आंगात भाईरचं शिरलं आये... थे कोन, कुटचं हे इचारासाठी भजनी द्या लागते-मंजे लागट झाडाच्या तोंडातून समदं सांगते!''

ऐकून नि पाहूनही राजाभाऊंना कसलाच उलगडा झाला नाही. जाताना सात्त्विक संतापानं ते एवढंच बोलले, ''मूर्ख आहात झालं! सरळ डॉक्टरांना दाखवून औषध सुरू कर म्हटलं, तर ते सोडून वाट्टेल ते हाल चालवलेत रोग्याचे.''

आणि ते निघून गेले.

राजाभाऊ जाईस्तोवर सारी स्तब्ध होती. तपकिऱ्या तर नुसता थरथरत होता. राजाभाऊ दिसेनासे झाल्यावर त्यानं वामनला विचारलं, ''काजी?''

त्याच्या आधी जानरावच म्हणाला, ''काजी, कायचं? त्याले काय इचारतां? पुढचं काम सुरू करा-''

''मीई त थेंच मंतो; भाईरच्यांतलं काय समजते डाक्तराले, आ?''

आणि तपकिऱ्याची छू छा पूर्ववत सुरू झाली.

❑❑

दुः ख

आपल्या ड्युटीच्या एकूण आठ तासांपैकी रामाला अजून चार तास भरावयाचे होते. दुपारच्या चारापासून रात्रीच्या आठ वाजेपर्यंत त्याला हॉटेलात काम करावं लागत होतं-म्हणून तो आता कामावर हजर झाला. नेहमीपेक्षा पंधरावीस मिनिटं आधीच कामावर आला. हॉटेलच्या आतल्या खोलीत त्याची ट्रंक ठेवली होती. त्यानं अंगातील परीटघडीचे कपडे काढले. ट्रंकेत कोंबले अन् काम करण्याचा-मळकट्ट असा पोषाख अंगात घातला. चारावर काटा जाण्याच्या दहा मिनिटं आधी त्यानं मारोतीला म्हटलं, ''तू जा घरी, मी होतो ड्यूटीवर हजर.''

''जाऊ?'' मारोतीनं काहीशा आश्चर्यानंच त्याला प्रश्न केला. अन् त्याच्या उत्तराची वाट न पाहता हातपाय स्वच्छ धुतले. मग आपल्या पिशवीतील परीटघडीचे कपडे चढवून लगेच चालता झाला.

मारोतीनं जातेवेळी रामाला एका शब्दानंही विचारलं नाही-की, ''तू एवढ्या लवकर कसा कामावर आलास?'' याची चौकशी केली नाही. त्यानं काहीशा बेपवाईनंच बाहेरचा रस्ता धरला.

त्या वेळी रामाला थोडं वाईट वाटलं. मारोतीला आधीच कामावरून सुट्टी देण्यात त्याचा जो उद्देश होता, तो बाजूलाच राहिला. त्याला वाटत होतं-की, मारोतीनं मला विचारावं, ''आज कसा आधी आला? आनंदात दिसतो-काही फिचर-बिचर मिळाला वाटतं?'' पण त्यानं काही विचारलं नाही. त्यामुळेच रामाला थोडी निराशा आली.

कारण आज दुपारी बारा वाजेपर्यंत रामानं आपले चार तास पूर्ण करून तो रिझर्व्ह लाईनमध्ये स्वतःचं नशीब पाहण्यासाठी गेला होता. पोलिस भरती चालू असल्याचं त्याला कुणीसं सांगितलं होतं. अन् म्हणूनच त्यानं रिझर्व्ह लाईनमध्ये जाऊन पोलिस अधिकाऱ्याची भेट घेतली. दैवानं साथ दिली म्हणूनच तो मेडिकल तपासणीत फिट् झाला. त्याला पोलिस शिपायाची नोकरी मिळाल्याचं अधिकाऱ्यानं लेखी-पत्र दिलं. येत्या पाच

तारखेस तो नोकरीवर रुजू होणार होता. रामाला या घटनेमुळं आकाश ठेंगणं वाटत होतं!

रामाची इच्छा नसूनसुद्धा केवळ दैवयोगामुळं त्याला हॉटेलच्या कपबशा विसळाव्या लागत होत्या. जेव्हा त्याचं वय लहान होतं-तेव्हा त्याला या नोकरीबद्दल कसलाच कमीपणा वाटला नाही-पण तारुण्यात येताच जगातील प्रत्येक व्यक्ती आपले भवितव्य बदलविण्याचा प्रयत्न करीत असलेली त्यानं पाहिली. पाच वर्षांपूर्वी हाप्पँटमध्ये फिरणारे विद्यार्थी नोकरी मिळताच जेव्हा सुटात फिरताना-सिगारेटचे झुरके मारताना रामाच्या दृष्टीस पडले तेव्हा त्याला स्वत:च्या न्यूनतेची अन् नोकरीची शरम उत्पन्न झाली. त्याला कुणी उर्मट शब्दात म्हणे, ''ए छोकरा-तीन कॅप्स्ट्रन और तीन पान लाना.'' तेव्हा त्याच्या अंगाचा तिळपापड होई. पण त्याला इलाज नव्हता. ते सहन करणं जणू कर्तव्यच आहे, असं तो स्वत:चं सांत्वन करीत होता. आणि जर या व्यवसायातून बाहेर पडता आलं तर पाहू, अशा विचारानं त्याला व्यापून टाकलं होतं. मग हॉटेलात नेहमी येणाऱ्या व्यक्तींशी तो काहीतरी बोलण्याचा प्रयत्न करायचा. पुढंपुढं थोडी तोंडओळख झाली म्हणजे तो म्हणे, ''साहेब, आपल्यासाठी एखादी दुसरी नोकरी पाहा.'' कधी छापखान्यात काम करणाऱ्या कंपॉझिटरशी ओळख होई; तेव्हा रामा त्याला विचारी, ''हे काम शिकायला किती दिवस लागतात? याला लिहिणं किती पाहिजे? शिकत असताना पोटापुरता पगार मिळतो की नाही?'' रामाच्या या चौकशांना मिळणारी उत्तरं त्याच्या दृष्टीनं बहुतेक निराशाजनक ठरत. त्यामुळे त्याला तीव्र निराशा येई-आपल्याला जन्मभर दहा रुपये महिनावारीनंच काम करावं लागेल-खाणंपिणं आणि कपडा. कपबशा विसळणं. 'ए छोकरा, ए लाव, ओ उठाव-टेबल साफ करो...' बस.

आणि काल त्याला कुण्या एका पोलिसकडून असं कळलं की, पोलिसभरती सध्या सुरू आहे. तेव्हा त्याला वाटलं, जणू ईश्वरानंच आपल्याला ही माहिती पाठवली. आपलं दैव उघडलं-घ्यावं एकदा अजमावून.

म्हणून आज बारा वाजता आपली चार तासांची ड्यूटी संपताच त्यानं रिझर्व्ह लाईनकडे धाव ठोकली. अन् तो 'फिट्' ठरला. त्याच्या आनंदाला सीमा राहिली नाही. भावी आयुष्याचं गोड स्वप्न त्याच क्षणापासून रामा प्रत्यक्षात पाहत होता. आपलं दैव उघडल्याची बातमी कुणाला सांगतो, कधी सांगतो, असं त्याला होऊन गेलं होतं-अन् ते सांगण्यासाठीच तो

नेहमीपेक्षा पंधरा-वीस मिनिटं आधी कामावर हजर झाला. त्याच वेळी रामाला वाटलं-आपलं कुणी जिव्हाळ्याचं माणूस असतं तर त्याला किती आनंद झाला असता? - पण या वेळी तो जिव्हाळयाचं मनुष्य नसल्याबद्दल नाराज होऊन बसण्याइतका रिकामा नव्हता. त्याला आनंदाचं इतकं भरतं आलं होतं, की काही विचारू नका.

जाताना मारोतीनं नाही विचारलं, त्याला मी सांगू शकलो नाही - म्हणून काय झालं? मी सेठला सांगेन. अशा काहीशा गोड कल्पनेत तो होता. आपली कामं करता करता. रामाचं काम चालू होतं. त्याच्या एकाएकी लक्षात आलं-की कुणी गिऱ्हाईक कौंटरपाशी उभं आहे-आणि त्याचं 'बील किती झालं?' हे विचारणारी कौंटरवरची घंटी आपल्या नावानं ओरडते आहे. तेव्हा तो काहीशा घाईघाईनं म्हणाला, ''एक इसम, दस आने!''

''एक रुपया दो आना हुआ'' त्या इमानदार गिऱ्हाईकानं सेठला सांगितलं. नंतर पैसे चुकते करून तो निघून गेला, तेव्हा सेठ रामाला आपल्या नेहमीच्या शब्दांत म्हणाला, ''क्यौंबे, गिऱ्हाइकके तरफ ख्याल है, या बताना पडता? साला कहि का...''

रामाला हे शब्द सरावातले असले तरी आज मात्र फार बोचले. वाटलं, सेठची गच्ची धरून साल्याच्या दोन थोबाडात भडकावाव्यात. पण मग त्याच्या लक्षात आलं की, आता थोड्याच दिवसांसाठी कशाला बदनामी करून घ्यावी स्वत:ची! रामा काहीएक बोलला नाही. सेठला सांगायचं त्यानं ठरवलं होतं, ते आता जमणार नसल्याबद्दल त्याला वाईट वाटलं, एवढंच काय ते.

रामाचं सारं लक्ष अधूनमधून घड्याळावर होतं. कधी कधी तो रस्त्याकडेही लक्ष पुरवीत होता. घड्याळात पाचाचे ठोके पडले. रामाच्या जिवात जीव आला! आता वस्ताद येण्याची वेळ झाली होती. पाच वाजता वडे-दोशाची भट्टी शिलगवली जात होती. आल्यावर वस्तादनं दोसा तळायला सुरुवात केली की त्याला आपण पोलिसमध्ये भरती झाल्याची बातमी सांगू, असं रामानं ठरवून ठेवलं. तो आळीपाळीनं घड्याळ अन् रस्ता न्याहाळीत होता. स्वत:ला सांभाळणं हे त्याच्यासाठी सर्वात कठीण काम होऊन बसलं होतं. त्याचं हृदय धडधडत होतं-आतून आनंदाच्या लाटांनी उसळ्या घेतल्या होत्या. भावनांना बांध घालणं त्याला अशक्य झालं होतं अन् तो वस्तादची वाट पाहत होता.

एरव्ही ठरलेल्या वेळेपेक्षा पाचेक मिनिटं आधी येणारा मद्रासी, आज तब्बल अर्धातास उशिरा आला. त्याला उशीर झालेला पाहून साहजिकच सेठचा गरम स्वभाव आणखी भडकला. वस्तादनं मालकाशी बाचाबाची करण्यात शहाणपण नसल्याचं ताडून सरळ दोशाच्या भट्टीकडे खो केली. यामुळं त्याची किती तरी वेळपासून वाट पाहणारा रामा, आता किंचित गोंधळात पडला. वस्तादला थंड होऊ द्यावं, असं मनाशी ठरवून रामा बराच वेळ काहीच बोलला नाही. पण असं त्याला अर्ध्या तासाच्या वर राहवलं नाही. त्यामुळं स्वत:ला न आवरून तो वस्तादच्या भट्टीपाशी टेकला. घाईघाईनं बोललाच, ''वस्ताद, मी आज पोलिसात भरती झालो.''

''पोलिसात?''

''हो-आजच, हे पाहा लेखी पत्र-ऑर्डर!'' रामाच्या आनंदाला सीमा नव्हती.

''अरे शहाण्या! त्यात काय पडलं आहे...'' वस्तादनं आपला अनुभव वस्तादी सुरात सांगायला सुरुवात केली, ''माझा बडा भाऊ होता पोलिसात नोकर. मी त्याला म्हटलं, काय ही नोकरी करतोस. सदा सर्वकाळ प्राण धोक्यात. त्यापेक्षा काहीतरी स्वतंत्र धंदा कर-त्यानं माझं ऐकलं. नोकरी सोडली आणि म्हणून आता तो माटुंग्याला एक बडा होटलवाला होऊन बसला आहे. किती, झालं तरी ती नोकरीच! त्याला धंद्याची सर कुठली आलीय्रे?''

रामा जर वस्तादचं संपूर्ण ऐकत बसला असता, तर त्याला अर्धा तास तिथं थांबावं लागलं असतं. काय ओळखायचं ते तो एवढ्यानंच समजला आणि आपल्या कामाला लागला. ओठातल्या ओठात पुटपुटू लागला, ''म्हणे, बडा भाऊ मोठा हॉटेलवाला होऊन बसला आहे. अन् स्वत: रोज मालकाच्या शिव्या खातो पण कधी शब्द बोलण्याची छाती होत नाही. छान आहे स्वतंत्र धंदा, बुद्धू लेकाचा!'' नंतर तो स्वत:बद्दल वैतागानं म्हणू लागला, - ''छान आहे स्वतंत्र धंदा! गेल्या पाच वर्षांपासून नोकरी करतोय् तरी दहा रुपयांवर पगार मिळत नाही आणि पुढे हॉटेल लावायचं. हं:!''

रामाचा हा अपेक्षाभंग अन् विरस घड्याळाच्या काट्यानं सावरला. त्याला एकाएकी आठवण झाली की, आता बाबुसाहेब येतील. बाबुसाहेब हा रिजनल ट्रान्स्पोर्टमधला कारकून होता. तो दररोज या हॉटेलात ठराविक

वेळेस यायचा; दोसा-चहा झाल्यावर रामाला सिगारेट पेटविण्यासाठी पेटलेल्या कागदाची मागणी करायचा. त्यामुळे रामाशी त्याची थोडी ओळख होती. ती बरीच वाढीस लागली होती, म्हणून मध्ये एकदा बाबुसाहेबानं त्याच्याविषयी बारीक चौकशी केली होती. त्यामुळं बाबुसाहेब आल्यावर त्याला आपण पोलीसमध्ये भरती झाल्याचं सांगू, असं रामानं ठरवलं होतं. तो त्याची वाट पाहत होता. पण आज त्याची वेळ होऊन चुकली होती. त्यामुळे कदाचित आज बाबुसाहेब येणार नाही, अशीही शंका त्याला स्पर्श करून जाई; पण स्वत:च्या समाधानासाठी रामा त्या शंकेला थारा देत नव्हता. बाबुजी आल्याशिवाय राहणार नाही, असंच त्याला वाटत होतं.

अन् तेच खरं ठरलं. ठराविक वेळेपेक्षा काहीशा उशिरा का होईना, बाबुजी तिथं आला. पण आज तो एकटा नव्हता. त्याच्यासोबत एक भडक छोकरी होती. तिला ढकलत बाबुजी नेहमीप्रमाणे आपल्या कंपार्टमध्ये गेला. नंतर त्याने बेल वाजवली. त्यापूर्वी तिथं घुटमळणाऱ्या रामानं, मनातल्या उद्देशामुळं अतीच तत्परतेनं त्याला विचारलं, "बोला, काय देऊ बाबुजी?"

"दोन दोसा आण." बाबुजीनं छोकरीशी बोलत असता अन् रामाकडे न पाहताच ऑर्डर दिली. दोसा झाल्यावर त्यानं आज चहाऐवजी कॉफी घेतली. रामाला वाटलं, आता आपल्याला कागद पेटवून आणायला सांगतील-पण आज त्याच्या बाबुजीच्या खिशात आगपेटी होती, तेव्हा कंपार्टमेंटच्या बाहेर धूम्रवलये डोकावू लागली, तेव्हा रामाला हे कळलं.

यामुळं बाबुजीशीही बोलण्याची संधी जाईलसं भय त्याला अकारण बाबुजीच्या कंपार्टमध्ये राबवू लागलं. रामा मुद्दाम तिथं ये-जा करू लागला. कपबशांची ने-आण करू लागला. टेबल स्वच्छ करू लागला. अशा प्रत्येक खेपेत तो बाबुजीकडे तिरक्या अपेक्षेनं बघू लागला. पण यांपैकी एकाही वेळी बाबुजीनं त्याच्याकडे पाहिलं तर नाहीच, उलट कंपार्टमधल्या त्याच्या लुडबुडण्यानं बाबुजीच्या नजरेत नापसंती उमटू लागली. चीड दाटू लागली. रामाचं लक्ष स्वत:मध्ये गुंतलं नसतं तर त्याच्या हे लक्षात आलं असतं. या वेळी ते शक्यच नव्हतं.

पाहता पाहता रामाची सारी कामं आटोपली. आता कंपार्टमेंटमध्ये जायला, त्याला निमित्तदेखील उरलं नाही. तरी त्यानं त्याचा पिच्छा सोडला नाही. डोळे व कान त्याच्यावर ठेवून तो बाकीची कामं करू लागला. कंपार्टमेंटच्या बंद दाराशी वारंवार येरझारा घालू लागला.

जेव्हा बाबुजी बाहेर जायला लागला, तेव्हा रामानं एकदम त्याच्यावर झडपच घेतली. त्याचा रस्ता अडवीत तो म्हणाला, ''बाबुजी, मी पोलिसात भरती झालो...''

एका छोकरीपुढं एका हॉटेलच्या पोऱ्यानं आपल्याशी ओळख दाखवावी, हे न आवडलेला बाबुजी, अडलेली वाट सोडवीत रामाला एकदम म्हणाला, ''असेल, पण त्याच्याशी माझा काय संबंध?''

रामा बोलला नाही. त्याला नोकरीची काळजी नसूनही त्यानं कौंटरवर पाहिलं. मग पुढ्यातली उष्टी कपबशी घेऊन ती विसळण्याच्या निमित्तानं तो मागं निघून गेला. बराच वेळ परतलाच नाही.

❑❑

भां ड ण

आठवड्यातून दोनदा किंवा पंधरवड्यातून पाचदा तरी आमची भांडणं होतात. त्यांना कारणं अनेक असतात. तशीच ती अतिशय क्षुल्लकही असतात. एखाद्या रात्री आईच्या पाठीवर पाय न दिल्यानं आमच्यात भांडणाची भिंत आडवी होते. कधी तिच्या दररोज सकाळी अकडणाऱ्या कमरेला आदल्या रात्री एरंडेल माखलेली रुईची किंवा एरंडाची पानं कोमट करून कमर शेकताना सुरू असलेलं माझं कुरबुरणं, पाय आदळत चालणं किंवा उगीचच्या उगीच नाक फुरफुरवणं आम्हा मायलेकरांत भांडणं उभवतं. तर कधी आईच्या कामात मदत करताना चालणारी माझी अळंटळं आमच्या भांडणाला कारण देते. अशा अनेक कारणांवरून आमच्यात भांडणं होतात. भांडणात आई मला सहसा मारीत नसते. कधी कधी मारते, पण त्याला कारणही तसंच असावं लागतं. एकदा तसं घडलंही. त्या दिवशी आई नेहमीप्रमाणे शेतात गेली होती. मी शाळा सुटल्यावर घरी आलो. नेहमीसारखा आमच्या सुभद्राबरोबर खेळू लागलो. आम्ही तीन पायांचा चिटुकला हा खेळ खेळत होतो. सुभद्राला एका पायावर उभी करून दोन पाय माझे अशा रीतीनं आमचा तीन पायांचा चिटुकला तयार झाला. मग आम्ही दोघंही तालावर म्हणू लागलो,

"तीन पायाचा चिटुकला-
एक पाय लचकला!"

असं दोनदा म्हणून नाही होत, तर सुभद्रा तोंडावर आदळली. तिचं नाक फुटलं. कपाळाला खोक पडली. नाका-कपाळांतून रक्त भळभळू लागलं. रक्तानं तिचा झगा लालभडक झाला व माझा सदरा लालभडक झाला. माझ्या सदऱ्यावर रक्त सांडण्याचं कारण नव्हतं. पण मी तिचं रक्त सदऱ्यानंच पुसून काढलं होतं. उद्देश हा की, आई घरी आल्यावर माझा उपद्व्याप तिला कळू नये. पण सारं व्यर्थ गेलं. आई घरी येताच तिला सारं कळलं. तिला दारात बघताच सुभद्रा एकाएकी उमाळा दाटून म्हणाली, "आईऽऽ, मला काशानं पाडलंग!"

मी भयानं घाबरलो. खूप सावरासावर केली. जमलं काहीच नाही. शेजारच्या सरस्वतीनं अन् सुभद्रानं खूपखूप सांगून आईला माझ्याविरुद्ध बिथरवलं. आधीच कामावरून थकून भागून आलेल्या आईचा संताप पाहवत नव्हता. तो तिच्या थरथरणाऱ्या हातांतून थबथबत होता. त्या धट्ट्याकट्ट्या हाताच्या बांगड्या आईनं कोपरांपर्यंत वर सरकवल्या. रिकाम्या झालेल्या मनगटाचे सडेफटिंग तडाखे माझ्या पाठीची खबर घेऊ लागले. एकामागून दुसरा. उसासा व बोलण्याची उसंत न देता आईनं मला त्या दिवशी खूप बडवून काढलं. त्या वेळचा तिचा अवतार व डोळे पाहून कुणाची मध्ये पडण्याची छाती झाली नाही. मनसोक्त बडवणं आटोपल्यावर तिचं तिलाच काय वाटलं देव जाणे! ती ओसरीच्या काठावर बसली, डोळ्याला पदर लावला अन् वाऱ्याशी बोलावं, तशी बडबडू लागली, ''आपण म्हणतो की काय मारावं बाई! आधीच तर देवाईश्वरानं खूप मारून घेतलं आहे. नाही लेकाला हक्काच्या बापाचं सुख दाखवलं की नाही लेकाला कोण्या आजाचं सुख पाहायला मिळालं... चुलते आहेत मोजून खंडीभर-पण सारा गाव मामाचा अन् एक नाही कामाचा! हेच काय देवानं थोडं-थोडकं मारलं म्हणावं, त्याच्यात पुन्हा मी कैदाशिणीनं-''

आणि तिचं अंग हेलकावू लागलं. आतून दाटून आलेला उमाळा दुमटण्यासाठी डोळ्यांचा पदर काढून तोंडात धरला. हेच मारणं मला निदान आजवर तरी शेवटचं ठरलं. त्यानंतर तिनं कधी माझ्या पाठीवर पाच बोटं टेकली नाहीत. त्याऐवजी का होईना-पण आता आई नुसतं भांडणावर निभावते. भांडणं आमच्यात नेहमी होतात. तसंच आता झालं.

आईला शेतात जायचं होतं. त्या घाईनं ती थंड्या पाण्याच्या भाकरी करीत होती. पिठाचा उंडा मळताना एकीकडे मला हलकेच म्हणत होती,

''काशा, तुला तर आज सुटीच असेल, नाहीरे?''

''हो. का?''

''तर मग, आजचा दिवस माझ्याबरोबर चलतो काय?''

आईचा उद्देश मला बोचला. नकळत माझ्या सुरात डोकावला, ''कुठं ग?''

''मी म्हणत होते की-'' आई मुद्दाम माझ्याकडे न बघता तव्यावरची भाकरी कोरताना म्हणते- 'माझ्याबरोबर निंदायला चलशील, तर बरं होईल. एखादी पाथगीत घेऊ लागशील-तर तितकाच तेला-मिठाला आधार होईल.''

आईचं संपायच्या आतच मी बोललो, ''पण मला निंदता येत नाहीना ग!''

''निंदायला काय वेदमंत्र लागतातरे? मी सांगेन तुला कसं निंदायचं ते!''

''माझ्याकडून होईल?''

''जेवढी होईल तेवढीच तू नींद. उरलीच तर मी घेऊ लागेन, झालं आता?''

आता मी बोललोच नाही. दुसरी भाकरी परोळ्यात टाकताना आई नव्यानं विचारू लागली, ''कारे, मग काय?''

मीही नवेपणानं बोललो, ''पण मला अभ्यास करायचा आहेना ग!''

''अस्सं?'' आता आईनं एकदम माझ्याकडे डोळे फिरवले. सूर ताणून विचारलं, ''प्रत्येक सुट्टीच्या दिवशी, तू अभ्यासच करीत असतोस- नाहीरे?''

''आतापर्यंत नाही केला-पण आजपासून करीत जाईन. मास्तर म्हणाले की, आता परीक्षा जवळ आली. जो अभ्यास करणार नाही, तो नापास होईल-''

माझं संपायच्या आत हातावरची भाकर तव्यावर आपटताना ती म्हणाली, ''मला चतुराई शिकवतो काय रे? अजून मी बोळ्यानं दूध पीत नाही - समजला!''

मी जीव तोडून म्हणालो, ''जा: तुला सारं खोटंच वाटतं नेहमी-सगळं!''

माझं न ऐकता ती लगेच एकेरीवर येऊन पुटपुटू लागली, ''चल हरामखोरा, माझ्याशी एक अक्षर बोलू नको! आता पाहते ना तुझी मजाल! मग समजेल, आजपासून कुठं खाशील तर-फारच मस्ती चढली, नाहीरे?''

हे सुरू असताना माझ्या पुढ्यात त्या दिवसाचं भवितव्य नाचू लागलं. मी लागलीच सावरतं घेतलं, ''बरं, येईन आजच्या दिवस!''

पण वेळा निघून गेलेली होती. आई एकदम म्हणाली, ''काही नको येऊ. माझ्यावर फालतूच उपकार कशाला करतो!''

ह्यावर मीही ताठरलो. आईचा राग माझ्या ओठात थरथरू लागला. पण बाहेर डोकावण्याचं धाडस त्याच्यात नव्हतं. नसतं.

आईही बेपर्वा असते. ती घाईघाईनं दीड भाकर, वरणाचा पेंड व अघळपघळ चटणी घेऊन लुगड्याच्या पदरात शिदोरी बांधते. सुभद्राची भाकर तिच्या सुपूर्त करून ती सरस्वतीकडे ठेवायला सांगते. उरलेल्या भाकरी दवडीत एकावर एक रचून ठेवते. आईला दवडीवर झाकण ठेवताना पाहून

सुभद्रा कधी कधी, माझ्या खुणावण्यानं म्हणते, ''आई, काशाला काही खायचं ठेवली नाही काग?''

''गप्प बैसना हलालखोरनी. नाहीतर तुलाही ठेवीन तशीच कडावर!''

ह्यावर सुभद्रा भांबावल्यागत होते. आळीपाळीनं आई अन् माझ्याकडे नुसती पाहत राहते. आई काही बोलत नाही. मी सारं समजून घ्यायची तयारी करतो. तेवढ्यात एका हाती शिदोरी व दुसऱ्यात कुलूप घेऊन बाहेर पडताना आई मला म्हणते, ''हं, चला रावसाहेब! निघा बाहेर.''

मीही मुकाट्यानं बाहेर येतो. ती कुलूप अडकवते. सुभद्रा आपली भाकरी घेऊन सरस्वतीच्या घराची वाट धरते. दाराच्या नाकात कुलपाची नथ अडकवून झाल्यावर आई माझ्याकडे पाहते, निर्वाणीनं विचारते, ''मग, नाही चलताना निंदायला?''

ह्यावर का कुणास माहीत, मला वाटतं आई नरमली अन् त्या भरवशावर मी ताठरू लागतो. मला बोलायला उशीर होतो. अन् तिथंच माझी भयंकर चूक होते. कारण पुढच्याच क्षणी आई धमकीनं म्हणते, ''अस्सं आहे तर मग नाही?''

आणि ती शेताच्या वाटेनं चालू लागते. पाहता पाहता वाऱ्यासारखी दिसेनाशी होते. माझ्या बुबुळांवर अश्रूंचा तगर तरंगतो. भान विसरून मी आईची कोरी वाट न्याहाळत राहतो. असा बराच वेळ जातो. हे बघत असलेल्या सुभद्राचा चेहरा केविलवाणा होतो. त्याच सुरात ती मला भानावर खेचते.

''काशा, आईनं तुझ्यासाठी जेवायला नाही ठेवलं कायरे?''

मी चिडून म्हणतो, ''न ठेवू दे-नाही ठेवलं तर. काय करावं लागतं!''

ह्यानंतर आईबद्दल जे माझ्या तोंडात येतं ते मी अस्पष्ट पुटपुटतो उघड बोललो, तर सुभद्रा आईला सांगत असते.

जरा वेळानं सुभद्राला भूक लागते. मी मनातून याचीच वाट पाहत असतो.कारण आपली भाकर खाताना सुभद्रा मला म्हणते, ''काशा, येरे आपण जेऊ!''

''भाकर तर थोडीशीच आहे.'' मी उगीचच म्हणतो.

''असू दे. अर्धी अर्धी वाटून खाऊ.''

''नाही बा.''

''का रे?''

''तू आईला सांगशील, पोट्टे!''

''नाही सांगत.''

''खरंच?''

''हो.'' ती समजदारासारखी माझ्या कंठमण्यावर हात पुरवून म्हणते, ''तुझ्या गळ्याची शपथ.''

नंतर मी तिच्या शिदोरीत सामील होतो. वयाप्रमाणे सुभद्राच्या जेवणापेक्षा माझ्या जेवणाचा वेग जास्त असतो. त्याचा फायदा घेऊन मी बकाबका भाकर खातो. सुभद्राची हळूवार रवंथ संपते. दोघंही हात ओलवतो.

मी सदऱ्याच्या बाहीनं तोंड कोरडवत कोरडवत शाळासोबत्यांच्या घराचा रस्ता धरतो. सापडेल त्याच्या घरात शिरून दिवस कलेपर्यंत खेळत असतो. दिवस कलण्यापूर्वीच माझं लक्ष खेळावरून उडतं. भुकेच्या नावानं पोट कुत्‌कुत्‌ करतं. खेळात लक्ष लागत नाही. आरोळ्या-जांभया सतत चालू असतात. माझ्या डोळ्यांत नशा उतरलेल्या माणसासारखं पाणी तरंगत असतं. मी एकीकडे क्षणोक्षणी कलतीकडे झुकणाऱ्या सूर्याच्या गोळ्याकडे बघत असतो व दुसरीकडे केवळ वेळ काढावा म्हणून सोबत्यांशी बोलत असतो. पण ह्यालाही मर्यादा असते. ती संपली म्हणजे मी खेळ टाकून घराची वाट धरतो. घरी येतो, त्या वेळी कधी सुभद्रा ओसरीत आडवी होऊन झोपलेली असते तर कधी उंबऱ्यात डोकं ठेवून माझी वाट बघत असते. तिचाही चेहरा उतरलेला असतो अन्‌ डोळ्यांत पाणी तरारत असतं. मला पाहताच ती म्हणते, ''काशा, मला भूक लागलीरे!''

''मग, मी काय करू?''

''कुलूप उघड. आपण दोघं बहीण-भावंडं जेवू!''

''माझ्याजवळ किल्ली नाही.''

''मग माझ्या भाकरीतली भाकर का खाल्लीरे, तू?''

''तू खायला कशाला लावलीस?''

ती एकदम रडकुंडीस येते. नाकातून सूर काढते. तालावर बोलल्यासारखी म्हणते, ''ते काही नाही काशा, मला भूक लागली. मला जेऊ दे, नाही तर मी आईला सांगते. हो-''

असं ती अगदी पहिल्यांदा म्हणाली तेव्हा मी आईच्या धाकानं घाबरूनच गेलो होतो. पण आता बिनधोकपणे म्हणतो, ''जा : सांग-''

ह्यावर भुकेपेक्षा मी केलेल्या अपमानानं ती चिडते. भोकांड पसरते. 'मी आईला सांगते, मी आईला सांगते,' असं टुमणं आळवते, आळवते अन्‌ गप्प बसते किंवा झोपी तरी जाते.

ती झोपेच्या स्वाधीन होऊन आपलं भुकेचं दुःख विसरून जाते. पण माझ्या जाणत्या शरीराला ते जमत नाही. मला ते सतत टोचत राहतं. आईच्या म्हणण्याप्रमाणं मी ऐकलं असतं तर बरं झालं असतं, असं शहाणपण मला वारंवार जाणवतं.

तेवढ्यातच कधी तरी आई घरी येते. तिला लांबून बघून मी सुभद्राला जागी करतो. ती उठते आणि घराकडे येत्या आईच्या वाटेत जाते. पण आई एकदम घरी येत नाही. पहिल्यांदा ती सरस्वतीच्या ओसरीत बस्तान ठोकते. माझ्याकडे पाहून न पाहिल्यासारखं भासवते. चुकून दृष्टादृष्ट झालीच तर आईचे डोळे मोठे होतात. ते पाहून माझी छाती धसकते. तरी मनाचा हिय्या करून मी तिच्या दिशेनं जातो. सरस्वतीच्या ओसरीत बसलेल्या आईमध्ये ठराविक अंतर राखून उभा राहतो. माझी चाहूल घेऊन तिचा चेहरा खूप कडवट होतो. वेळप्रसंगी माझ्याकडे पाठही केली जाते. पण बोलत काही नाही अन् म्हणून मी तिथं उभा राहू शकतो.

बसल्या बसल्या सरस्वतीत आणि आईमध्ये शेतजमिनीतल्या गप्पांसोबत पान-खांडाची देवाण घेवाणही सुरू होते. आई कमरेची पिशवी काढते. पण कधी चुना तर कधी तंबाखू खुंटतो. आता काथ खुंटल्याचं पाहताच आई सरस्वतीला म्हणाली, ''काथ तर नाही ग, आता?''

तसा मी धूर्तपणा साधून म्हणतो, ''मी आणतो.''

''काही नाही आणाबिणाचा.'' आई अतिशय कठोर स्वरात म्हणाली ''आणता येतो मला.''

हे ऐकून आम्हा दोघात पडलेल्या अंतरात टाका मारण्याचा माझा प्रयत्न फुकट गेल्याचं दुःख मला फार जाणवलं. तेवढ्यात माझी बाजू घेऊन म्हणा किंवा सहज म्हणा-सरस्वती आईला म्हणाली, ''तो आणतो म्हणतो तर का आणू देत नाही गं, त्याला?''

ह्यावर आईनं अंग हिसडलं. नाक मुरडल्यासारखं केलं तेव्हा सरस्वतीनं विचारलं, ''का, झालं तरी काय?''

''मला त्या मुदबक्याविषयी तू बोलायला नको लावूस, बिचारे!''

नंतर आई स्वतः आमच्या घरात गेली. काथ आणला. दोघींचं पान खाणं झालं. थोड्या वेळात आई घरात आली. आपली कामं करू लागली. ती पाण्याच्या घागरी घेऊन विहिरीवर गेल्याची संधी साधून मी चिमणीत तेल ओतलं. आगपेटी घेऊन चिमणी लावायला बसलो. तितक्यात एक डोक्यावर अन् दोन घागरी हातांत घेऊन येत असलेली आई माझ्यावर खेकसली, 'ठेव!

ठेव ती चिमणी अन् आगपेटी! तुला कुणी सांगितल्या ह्या म्हालपंचायती करायला, अं?''

तरीही आईचे हात रिकामे नसल्याचं पाहून मी माझं काम सुरूच ठेवलं. पण आईनं लगेच होत्या जागी घागरी पटकल्या अन् तरतरा चालत माझ्याजवळ आली. माझ्या हातातली चिमणी व आगपेटी हिसकताना म्हणाली, ''खबरदार कधी-माझ्या कोणत्याच कामाला हात लावशील तर-''

आणि तिनं स्वतःच दिवा लावला.

ह्यानंतर मीही आईच्या कोणत्याही कामात मदत करण्याचं सोडून दिलं. ती सारं काही एकटीच करत होती. कोणतं हलकं-सलकं व सुभद्राला जमण्यासारखं काम असलं तर ते तिच्याकडून करवून घेत होती. तिला सांगितलेल्या कामांत माझी लुडबूड तिला खपत नव्हती. असंच आणखी दोनदा माझ्या वाट्याला आल्यावर आता मीही थोडा अकडलोच. खरोखरच काहीएक न करता खोलीतल्या एखाद्या वस्तूसारखा एका कोपऱ्यात बसून मुकाट्यानं सारं पाहू-न्याहाळू लागलो.

आईची सारी कामं आटोपली म्हणजे आई जेवायला बसत असे. तशी ती आताही बसणार होती. शिंक्यातलं सारं काही ताटात वाढून घेतल्यावर सुभद्राला जवळ बसवलं, वरणा-डाळीचा काला केला. त्याचा एक भला-थोरला घास घेतला. त्या वेळी न राहवून तिचं लक्ष माझ्यावर गेलंच. तशी उठून म्हणाली, ''चल, ऊठ तिथून. माझ्या खायच्या वेळेस असा ताटापाशी खिळून नको बसू!''

हे ऐकून मला पुरतं भडभडून आलं. पण इलाज नव्हता. त्यामुळं पाय आपटत अन् नाक फुरफुरवत मी घरातून ओसरीत आलो. ओसरीत अंधार मावत नव्हता. पण त्यानं मला सामावून घेतलं. उंबरठ्याच्या एका बाजूला मी जाऊन बसलो. मी बसलो, त्या जागेहून मला सुभद्रा व आई पूर्णपणे दिसत होत्या. मी मात्र त्यांना अजिबात दिसत नव्हतो. दिसू नये असाही माझा हेतू होताच.

आईनं चारसहा घास घेतले. पाणी प्यायली. तोंडचा पेला काढला. लुगड्याचा पदर डोळ्याला लावला. डोळे कोरडवत पण हलकेच सुभद्राला म्हणाली, ''पोट्टे, जाय तो बेईमान आहे काय-तर पाहा बरं ओसरीत.''

ऐकून सुभद्रा तिथं येण्यापूर्वीच मी तिथनं सटकलो. ओसरीतल्या कुणासही सहजासहजी दिसणार नाही, अशा अगदी दाट अंधारात जाऊन उजेडातल्या

आई व सुभद्राकडे पाहू लागलो. सुभद्रा ओसरीत आली. वरवर पाहिल्यासारखं करून घाईनं आईच्या ताटाशी बसताना म्हणाली, ''आई, तो तर नाही ग तिथं!''

आईचा चावता घास एकदम थांबला. ती म्हणाली, ''काय, काशा ओसरीत नाही?''

''नाही.''

''चांगलं पाह्यलं?''

''होना ग...''

तसा आईचा एक हात चिमणीकडे गेला. ती घेऊन ती उठली. ओसरीत आली. ओसरीचा कोनाकोपरा धुंडाळत असताना तिचं एकदम माझ्यावर लक्ष गेलं-तशी सुरात रखरखीतपणाची ओढाताण करीत मला म्हणाली,

''येणं-येणं बेईमाना, तुझी टेक झाली पुरी. पण माझी नाही होत पुरी कधी. मला तर तुमचे पाय धरावेच लागतात. चल, बसतो की नाही- ताटावर हातपाय धुवून?''

◻◻

का हू र

वास्तविक पाहता यमुनाबाईंनी आज कामावरच यायला नको होतं. त्या काहीशा अनिच्छेनंच सैंपाकाला आल्या होत्या. दुःखानं मन कितीही भारावलं असलं-तरी कर्तव्य टाळता येण्यासारखं नव्हतं. म्हणूनच त्या एखाद्या यंत्रासारखं राबत-रखडत होत्या. त्यांनी आमटीला फोडणी दिली अन् दुःखाला आत सारण्यासाठी आवंढा गिळला. हा पहिलाच आवंढा होता असं नाही. स्वतःच्या घरापासून तर भाऊसाहेबांच्या बंगल्यापर्यंत चालताना त्या सतत दुःखाचे उमाळे दुमटीत होत्या. तळातून दुःखाचे बुडबुडे निघत होते - ते कंठात दाटी करीत होते - पण यमुनाबाई त्यांना रोखीत होत्या. भावनांना थोपवीत होत्या अन् असं सारखं चालू होतं.

एखाद्या गोष्टीविषयी-ती आपण करू शकू असा आत्मविश्वास असणाऱ्या माणसाला जर ती त्याच्या मनाजोगी घडली नाही तर-त्याला कसं वाटेल? वासूविषयी त्यांच्या ज्या अपेक्षा होत्या-तो अमुक एक गोष्ट करील-अन् तमुक गोष्ट नाकारील असा त्यांना आत्मविश्वास होता-तो आज कायमचा ढळला होता. त्यांच्या अपेक्षा भंगल्या होत्या. वासूनं यमुनाबाईंची अवहेलना केली होती-त्याच्याकडून आपल्या आईची हेटाळणी झाली होती. अन् ह्याच हेटाळणीचं शल्य यमुनाबाईंच्या अंतःकरणाच्या नाजुक गाभ्याला खूप बोचत होतं. तेच कुसळ त्यांच्या मनाला, हातचं प्रत्येक काम करताना सारखं जखमा करीत होतं.

आपण ऑफिसच्या खुर्चीवर बसलो असताना आपल्या आईनं दुसऱ्याकडे राबू नये, असं वासूचं मत होतं. तसं त्यानं यमुनाबाईंना कित्येकदा सांगून पाह्यलं. त्यात बरेच वेळा त्यांनी उत्तर देण्याचं टाळळं-एकदा वासूनं त्यांना गळच घातली तेव्हा त्या म्हणाल्या, ''आजवर हे अस्संच राबून तुला वाढवलं-शिकवलं. अन् आता ते मला करू नको म्हणतोस? तरी काही हरकत नाही. मी तुझं ऐकत्ये... तुझ्या दोन हाताचे चार झाले की मी हे काम बंद करीन...''

वासूच्या डोक्यावर अक्षता पडेपर्यंत तो यमुनाबाईंशी त्याबाबतीत काहीच बोलला नाही. मंगलकार्य आटोपल्यावर जेव्हा यमुनाबाईंनी आपला पदर खोचल्याचं वासूनं पाह्यलं तेव्हा तो म्हणाला, ''तू पुन्हा जाणारच, ना?''

''अरे, गेल्ये म्हणून काय बिघडतं? भाऊसाहेबांचं घर आहे लागलेलं तोवर करतेय, ते जर सुटलं, तर पुन्हा नाही पाहणार दुसरं.''

''मी म्हणतो-त्याचं काहीच नाही ना?'' वासू असाहाय्य स्वरात म्हणाला, ''जा... कर, तुला काय वाटेल ते...''

वासूच्या असाहाय्यपणातून डोकावणारी खोचकता यमुनाबाईंना जाणवली नाही असं नाही-ती जाणून न घेण्यात व्यवहारीपणा त्यांना आडवा आला. त्यांनी वासूच्या बोलण्याकडे कानाडोळा केला अन् पूर्ववत आपल्या कामावर जायला सुरुवात केली.

दुसऱ्या दिवसापासून वासूच्या वागणुकीत एकाएकी बदल झाल्याचं यमुनाबाईंना जाणवलं. तीन दिवस झालेत तरी त्यांनी आपल्या मनाला लावून घेतलं नाही - चालेल काही दिवस, मग होईल सारं पूर्ववत्-असं त्यांचं व्यवहारी मन त्यांना धीर देऊ लागलं. पण ते फार थोडे दिवस टिकलं. नंतर त्यांना कुठंतरी चुकल्यासारखं वाटू लागलं. वासूनं धरलेला अबोला-त्याच्या बोलण्यातून डोकावणारा तुटकपणा-उपरोधिकता त्यांना बोचू लागली. या सर्वांमुळं त्यांचा अहंकार चेपायला हवा होता. आपली चूक त्यांच्या लक्षात यायला हवी होती अन् वासूला त्याची कबुली देऊन काम बंद करायला हवं होतं-पण यमुनाबाईंनी तसं केलं नाही. त्यांचं मन एकाएकी बोथट झालं. वासू आपल्याशी असं किती दिवस वागतो-त्याचा अहंकार कितपत टिकतो-तेच आपण पाहू! अशा हेक्यामुळं त्या अधिकच हेक्यानं वागू लागल्या. ह्या हेकेखोरपणातही त्यांना एक प्रकारचा आनंद लाभला.

वासूला सिगारेट्सूचं व्यसन होतं. त्याला चहासाठी पैसे हवे होते-ते तो आपल्या आईजवळ मागत असे. निदान महिन्याच्या शेवटी तरी त्याला यमुनाबाईंशी बोलावंच लागणार होतं. दोन तीन रुपये मागण्यासाठी तरी तो आईजवळ जाणार होता. पैशासाठी का होईना-पण वासू आपल्याशी बोलेल. नाक मुठीत धरून आपल्याजवळ येईल, अशी यमुनाबाईंची समजूत होती. पहिलीला मिळालेल्या पगाराची सर्व रकम आईजवळ देऊन मग स्वत:साठी काय लागतील ते पैसे घेण्याचा वासूचा नेहमीचा नियम या वेळी यमुनाबाईंच्या हिताचा ठरला! आता वासूजवळ एक दिडकीही नसेल अशी त्यांची कल्पना होती. त्याचं मन अधिकच अहंकारलं.

पण या वेळी वासूचं याही बाबतीत अडलं नाही. एरव्ही दहा तारखेपर्यंत दोनदा पैसे मागणारा वासू या वेळी चकारदेखील काढीत नव्हता. वीस तारीख उलटली तरी हलला नव्हता. यामुळे की काय यमुनाबाई काहीशा निराशल्या. क्षणिकच. तरीही महिना संपून पगार हाती पडायला अजून दहा दिवस असल्याच्या कल्पनेनं त्यांच्या अहंकाराला कुरवाळलं. त्यांनी पुन्हा वरच्या दातांच्या कवळीत खालचा ओठ रगडला.

त्या दिवशी दुपारचा सैंपाक आटोपून यमुनाबाई घरी आल्या. पाहतात तो वासूचे दोन मेहुणे, मेहुण्या, श्वशूर अन् त्यांची सौभाग्यवती अशी सहा जणं वासूकडे पाहुणपणासाठी आली होती. हे बिऱ्हाड पाहून यमुनाबाईंच्या चर्येवर कोणतंसं समाधान तळपलं. आता तर वासूला आपल्यापाशी पैशासाठी दात विचकणं भाग आहे. या निमित्तानं का होईना – त्याला आपल्यापुढं नाक घासणं भाग आहे. अशा विजयातच त्या पाहुण्यांशी बोलल्या. आवश्यक तेवढ्याच औपचारिक शब्दांत त्यांनी पाहुण्यांची वास्तपुस्त केली. नंतर त्या सैंपाकघराकडे गेल्या. तो वेगळाच प्रकार त्यांच्या दृष्टीस पडला. आपल्या येण्याची वाट न पाहता जेवायला बसलेल्या विहिणीला पाहून त्यांना संताप आला. तो चेहऱ्यावर टवटवण्याच्या आतच त्यांची बकाबका घास रचणारी विहीण त्यांच्या जागेवरून बोलावं तशा सुरात आपल्या मुलीला म्हणाली, ''इंदिरे, तुझ्या सासूबाईंना वाढून दे.''

''त्या घरी जेवत नसतात.'' इंदिरानं यमुनाबाईंकडे न पाहता काहीशा बेपर्वाईनंच म्हटलं, तिकडेच असतं, त्यांचं जेवण.''

हे ऐकून यमुनाबाईंच्या भावनांचा पापड झाला. दोन दिवसांपूर्वी घरात शिरलेल्या ह्या सुनगटीकडून असं बोलवलंच कसं, हे त्यांना कळेना. तेही असं परक्यांसमोर? मग मात्र त्यांना जाणवलं. सुनांना त्यांचा गोतावळा घरी आला म्हणजे माज चढतो म्हणतात–ते काही खोटं नाही. सुनेच्या रागाच्या भरात त्यांनी वासूचा राग बाजूला सारला. मनातल्या मनात त्या पुटपुटल्या, 'थांब, जाऊ दे तुझा गोतावळा–मग वासूला सांगून नाही उतरवणार तुला खाली तर मला म्हण, ... पण एवढ्यानं त्यांचा संताप ओसरला वा गार झाला नाही. त्यांचे ओठ हलू लागले. अंग थरथरू लागलं व हे कुण्या पाहुण्याच्या ध्यानात येऊ नये म्हणून त्या घाईघाईनं त्या खोलीतून दुसरीकडे जायला लागल्या आणि पुन्हा त्यांच्या संतापावरची, संयमाची कडा तडकली. कारण आपल्याला सुनेनं डिवचलं हे वासूला माहीत नाही, असा जो त्यांचा समज होता तो–त्यांनी जेव्हा वासूला लगतच्याच खोलीत पाहिलं तेव्हा साफ

नाहीसा झाला. संताप वाढू लागला. सुनेनं असं बोलण्यात वासूचीच फूस असावीसं त्यांनी घेतलं. त्याशिवाय काय बायकोचं असं बोलणं ऐकल्यावरही त्याच्या चेहऱ्यावर कोणतीच नापसंती उमटली नाही? उलट तो खूप मोकळा दिसतोय्. घर फिरलं म्हणजे वासेही फिरतात म्हणतात, हे खरं आहे. गेल्या कित्येक दिवसांपासून तो आपल्याशी बोलत नाही, तेव्हा त्याचीच ही बायको–काही वेळ गेल्यावर त्यांच्या क्षणोक्षणी बदलणाऱ्या भावनावश मनानं पुन्हा समाधानाचा श्वास घेतला. स्वतःचं सांत्वन करण्यासाठी त्या स्वगत म्हणाल्या, "आपल्या बायकोनं आईचा अपमान केल्याचं शल्य कोणत्या मुलाला बोचणार नाही? निदान ते वासूला तरी खास बोचलं असेल–पण बिचारा अशा वेळी काय करणार? बायकोला तिच्या आईवडिलांसमोर कसा बोलणार?" असे अनेक प्रश्न यमुनाबाईंनी स्वतःला विचारले अन् आपल्याला वाटलेलीच शंका रास्त आहेसं त्यांनी वाटवून घेतलं. त्यांची मुद्रा फुलली. वासूही आपल्या इतकाच दुःखी झाला असेल–त्या दुःखाचे पुसट भाव त्याच्या चर्येवर उमटले असतील की नाही? अशा प्रश्नानं त्या निरुत्तर झाल्या. उत्तर शोधण्यासाठी त्या प्रत्यक्ष वासूची मुद्रा पाहण्यासाठी ओसरीकडे गेल्या.

आणि आपण इथं नसतो आलो तरच बरं झालं असतं असं त्यांना दिसून आलं. वासूच्या मुद्रेवर दुःखाचा भाव तर राहोच, पण पुसट रेषाही नव्हती. तो आपल्या मेहुणीशी थट्टा विनोद करीत होता. यात सकाळी पाहिलेल्या मॉर्निंग शोवर चर्चा चालली होती आणि आज रात्री 'नागिन' पाहण्याचा बेत रचला जात होता. वासू या सर्वांत दिलखुलासपणे भाग घेत होता. मोकळेपणानं विनोद करीत होता.

माणसानं एका फोडाला मलम लावायला हात पुढं करावा अन् तिथंच दुसरा फोड हाताला लागावा असं यमुनाबाईंना झालं. एक दुःख निस्तरण्याच्या उद्देशानं त्या इथं आल्या अन् आणखी एका दुःखाचा घाव त्यांच्या वर्मी बसला. आतापावतो वासूला पैशाची गरज पडेल, तो आपल्याचपाशी नाक घासीत येईल, अशा संभ्रमात असलेल्या यमुनाबाईंना आश्चर्याचा धक्का बसला. वासूजवळ पैसे नाहीत अशा त्यांच्या कल्पित समाधानाला एकाएकी तडा गेली. तो–नागिनचा बेत रचित असल्याचं पाहून–या सर्वांसाठी त्यानं पैसे आणलेत कुठून? असा त्यांच्या विचारानं वळसा घेतला–आता तो आपल्याकडे येऊन बोलणं अशक्य! त्याला आपली काही गरजच उरली नाही. तो आपल्यापासून कायमचा दुरावला. बायकोच्या आधीन गेला. श्वशुरांच्या, मेहुण्यांच्या कह्यात गेला!

यमुनाबाईंच्या संतापानं पुन्हा उसळ्या घ्यायला सुरुवात केली. जसं जखमी झालेल्या सापानं लहरा द्याव्यात तसं त्यांचं मन चळफळू लागलं. आपला संताप कशावर तरी काढावा अशा विचारानं त्या पाय आपटीत सैंपाकघरात आल्या. अन् इकडे तिकडे कुणी नसल्याची खात्री करून घेतल्यावर आडणीवरचा नवा माठ जमिनीवर ढकलला. त्याचा आवाज तर झालाच, पण सर्व सैंपाकघरात चिखल झाला. फुटलेल्या माठाच्या तुकड्यांकडे पाहून त्या संताप ओतीत म्हणाल्या, ''काय हा माठ असा ठेवत असतात?''

हे पाहण्यासाठी वासू-त्यांची सून आणि इतर सर्वजण तिथं आली. इंदिरा काहीच बोलली नाही. ती बोलूही शकत नव्हती. पण वासूही एक शब्द बोलला नाहीसं पाहून यमुनाबाईंचा अपेक्षाभंग झाला. कारण त्यानं आपल्याला ''माठ कसा पडला?'' असं विचारावं, मग त्याला उत्तर देताना आपल्याला काय वाटेल ते आपण म्हणावं-सर्व संतापाचं गरळ वासूपुढं ओकावं, ''मी होत्ये म्हणून तू जगला-शिकला, नाहीतर मेला असता-किंवा भिकेला तरी लागला असता अन् आता म्हणतो माठ कसा पडला?'' अशा शब्दांत त्याची कानउघाडणी करावी, असा त्यांचा आवेश होता - पण वासू काहीच बोलला नाही. उलट तिथनं ओसरीत जातेवेळी त्यानं अशी मुद्रा केली की, त्यात त्याला म्हणायचं होतं, ''अशी आदळआपट म्हणजे काही नवीन नाही!''

वासू मुकाट्यानं गेल्याचं पाहून ओठात आणून ठेवलेला आवेश यमुनाबाईंनी पोटात ढकलला. एक तास गेला अन् दुसरा तास जाण्यापूर्वीच वासूनं यमुनाबाईंच्या मातृहृदयाला जागं केलं. त्यांच्या अंत:करणाची ढवळाढवळ झाली. कडोसरीला असलेल्या एकुलत्या एका रुपयाची काळजी वाहावी तशी यमुनाबाईंनी वासूची आजवर काळजी वाहिली होती. नवरा मेल्यावर त्यांनी दुसऱ्याकडे नोकरी करून त्याला जगवलं होतं. अन् वासू आपल्यापासून सारखा दुरावत आहे, प्रतिक्षणी त्याच्यात अन् आपल्यात अंतर पडत आहे-त्याला आपणच कारणीभूत आहोत, आपला हेकेखोर स्वभावच आपला घात करतोसं त्यांना झालं. पश्चात्तापानं कोमट झालेल्या आवंढ्याचा कढ त्यांना गिळावा लागला.

आता यमुनाबाईंच्या अंत:करणात वासूचा द्वेष नव्हता. संताप नव्हता. आसुरी आनंद घेणारा अहंकार नव्हता. मेंदूच्या कोणत्याशा कोपऱ्यात कुजत असलेल्या त्या भावना कापूर उडावा तशा उडून गेल्या होत्या. अंत:करण धुतल्या तांदळासारखं निर्मळ झालं होतं. अन् त्यातून आता भावनांचा स्रोत

स्रवू लागला होता. आपल्यापासून आपला वासू फारच दुरावला असं त्यांना तीव्रतेनं जाणवत होतं. जीवनाचा आत्यंतिक ओलावा वाळल्याचा भास होत होता. याची त्यांना वारंवार जाणीव होत होती.

वासूनं आपल्या एखाद्या प्रेमाच्या शब्दानं यमुनाबाईंच्या भावना कुरवाळण्याचा प्रयत्न केला असता, तर त्या आता आपलं अंत:करण मोकळं करायला तयार होत्या. ''आता मी कध्धी कामावर जाणार नाही-पण तू माझ्याशी असा तुटकपणानं वागू नकोस'' अशी कबुली देणार होत्या-पण हे सारं वासूनं स्वत:हून बोलल्यावर, त्यानं यमुनाबाईंची विचारपूस केल्यावर-एरव्ही नाही.

यमुनाबाईंनी रात्री झोपेचं सोंग घेऊन ऐकलेल्या संवादावरून आज दुपारच्या गाडीनं पाहुणे जाणार असं त्यांना माहीत झालं होतं. ह्या हालचालीत तरी आपल्याशी वासू बोलेल अशी त्यांची कल्पना होती. म्हणून त्या वेळेची वाट पाहत होत्या.

पण सारं व्यर्थ! दुपार झाली. यमुनाबाईंची सैंपाकाला जायची वेळ झाली, तरी त्यांच्याशी कुणी बोललं नाही. मग त्यांनी आपला पदर कमरेला खोचला अन् इच्छा नसूनही कामावर जाण्याची तयारी दर्शविली. हे पाहून कुणीतरी म्हणावं, ''आजच्या दिवस कशाला जाता? आम्ही गेलो, म्हणजे जा उद्यापासून-'' असं त्यांना वाटलं. तीही संधी त्या पाहू लागल्या. बतावणी आणखी पुढं नेली. त्यांनी पायात चपला अडकवल्या-तरी कुणी काहीच बोललं नाही- आता मात्र त्यांचं अंत:करण हेलकावू लागलं. दु:खाचे बुडबुडे पुन्हा पुन्हा कंठात दाटू लागले. कसंबसं स्वत:ला सावरलं. फुटीर स्वरात म्हणाल्या, ''मी जात्येय्--''

प्रत्युत्तरादाखल कसलाच, कुणाचाही प्रतिसाद मिळाला नाही. त्यांचा आवाज केव्हाच वाऱ्यात विलीन झाला. मानसिक दु:खाग्नीत पेट्रोल पडलं. अडखळणारी पावलं घराबाहेर पडली. आयुष्याच्या वैफल्याची जाणीव उराशी घेऊन त्या भाऊसाहेबांच्या बंगलीकडे जाऊ लागल्या.

... यमुनाबाईंचे अवयव एखाद्या यंत्रासारखे राबत होते. त्यांनी आमटीला फोडणी घातली. पोळ्यांसाठी कणिक चुरायला घेतली अन् यासारखीच बाकीची सारी कामं पार पडत होती.

हे करताना त्यांना आपलं घर दिसत होतं. वासू दिसत होता. त्याची बायको दिसत होती. तीन दिवसांपूर्वी आलेल्या कारटीनं आपल्या वासूला आपल्यापासून तोडावं... आजवर कडेखांद्यावर-कुशीत वागवलेला वासू

आपल्यापासून मनानं अभेद्य अंतरावर जावा... दिसावा, पण हाताला लागू नये... याला कारण त्याची नटवी बायको अन् तिचे स्वार्थी नातेवाईक आहेत... आता आपल्याला घरी जाण्यात कोणतं स्वारस्य आहे... तिथं एका शब्दानं देखील कुणी विचारतो का?..

शंका आशंकांच्या, त्याग वैतागाच्या अनेक खाचखळग्यांतून त्यांच्या स्वैर भटकणाऱ्या मृदू मनानं नाना तऱ्हेचे प्रवास केल्यावर ते एकाएकी स्थिरावलं. कोणत्याशा लोचट कल्पनेनं सर्व विकल्प धुऊन काढले. मनावरचं मोठ्ठं ओझं एकाएकी उतरल्याचा त्यांना आनंद लाभला. त्यांच्या शरीरात कोणतंसं चैतन्य संचारलं. आतापावेतो कशीबशी पार पडणारी कामं भराभर उरकली जाऊ लागली. सर्व कामं आटोपल्यावर नेहमीप्रमाणं जेवणं न करता त्या मालकीणबाईंना म्हणाल्या, "मला थोडा साखरआंबा द्या..."

मालकिणीनं वाटीभर साखरआंबा यमुनाबाईंच्या स्वाधीन केला. त्या वाटीवर कागद झाकून यमुनाबाईंनी घराचा रस्ता धरला. त्या या वेळी भराभर चालत होत्या.

सर्व पाहुणे निघून गेले होते. इंदिरा एका खोलीत झोपली होती. वासू आपल्या अंगणतील खाटेवर झोपला होता. कपड्यांच्या अस्ताव्यस्ततेवरून त्याला निश्चित झोप लागली होती. यमुनाबाई त्या खाटेच्या एका कोपऱ्यात बसल्या. वासूच्या उघड्या तोंडावरून, गालावरून यमुनाबाईंचा प्रेमळ हात कुरवाळला गेला. त्या कृतीत उत्कटता होती. त्या थरथरणाऱ्या हातात कसलीशी भीती होती. आवेग होता. असमाधान होतं अन् समाधान पण होतं. सारीच आपापल्या परीनं पुढं सरसावू लागली. सद्‌गदित स्वरात, हेलकावणाऱ्या शरीरातून अन् ओलावलेल्या कंठातून कापरं भरलेला स्वर वातावरणात डोकावला, "वासू! येऽऽ वासूऽ-"

वासूनं नुसती कूस बदलली.

वासूरे, माझ्याशी बोलत नाहीस का? मी तुझ्यासाठी साखरआंबा आणलाय, खातोस?"

"आणलास? खातोय..." वासूलाही काय वाटलं कुणास माहीत. कदाचित त्यानं तिच्या भावना ओळखल्या असाव्या.

"खा! हा सर्व साखरआंबा तूच खा!" यमुनाबाईंचा कंठ हादरे देऊ लागला. त्या वाटीतील साखरआंबा बोटानं वासूच्या तोंडात घालीत होत्या. वासूही त्यांचं बोट चोखत होता. आईला ओळखून, तिचा हवा तेवढा मुलगा होऊन वासू बोट चोखत होता.

म त दा न

दिवस चांगला दोनेक कासरे वर आला होता.

शेषरावनं धिमेपणानंच पाणी घेतलं. कसोटा मारला. मग आपल्या सवयीप्रमाणं दोन्ही हातांची बडी केली. छातीशी लपेटली व धिम्या चालीनं सगर तुडवू लागला. आखरातून नागमोडी वळणं घेत जाऊन शेवटी पांधणीस मिळणाऱ्या पाऊल वाटेनं शेषराव आपल्या धिम्या चालीनं, गावच्या वाटेनं लागला. अर्धेक शेत अंतराची पांधण मागं सारल्यावर त्याला चाहूल लागली. मागून दुसऱ्या खेड्याहून कुणी बैलगाडी येत होती. ती तिथंच थांबली. तिच्यातून काही बायाबापड्या खाली उतरल्या. एकदोन माणसंही त्यांत होती. खाली उतरल्यावर एक जण गाडीवानास म्हणाला, ''नारायणराव, आता कुठं न्याचं छकडं?''

''तुम्ही सांगान तिथं!''

''मंग जा, जसापूरले. तिथून शामराव पाटलाले घेऊन या बसवून!''

''जी, हो!'' वळवलेल्या बैलगाडीच्या बैलांची शेपटं पिळत नारायणराव उत्तरला.

''हे पाहा.'' आठवून पहिला तरुण म्हणाला, ''छकडं इथंच सोडत जा– नाही त थेट गावात आनान! पोलीस पाहीन त धरून नेईन!''

''बरं,बरं!'' मग त्यानं बैलगाडी हकलली. धूळ उडवीत छकडं पळू लागलं.

त्यातून उतरलेली माणसं, बायका गावच्या वाटेनं लागली. पूर्वी बैलगाडीवानाशी बोलणारा तरुण आता जरा जोरात रस्ता चालत होता. त्याच्या चालीनं चालणं बायकांना जमत नव्हतं. त्यांच्यात बरंच अंतर पडलं होतं.

शेषरावनं हे सारं थांबून, जरा आस्थेवाईकपणानं न्याहाळलं होतं. ती सारी त्याला ओलांडून जाईपर्यंत तो जागच्या जागी उभा होता. ती पुढं झाल्यावर

तो चालू लागला. पुढ्यातल्या बायांत बेताचं अंतर राखून धिम्या चालीनं शेषराव पावलं टाकू लागला.

घाईनं चालणाऱ्या तरुणात नि आपल्यात बरेच अंतर पडलेले पाहून त्याला ऐकू न जाण्याची खबरदारी घेत मागं राहिलेल्या बायकां कुजबुजू लागल्या. एक दुसरीशी फुसफुसत होती.

"काओ देवके, तू कोन्त्या पेटीत टाकतं आपलं मत्त?"

"कोन्त्या मंजे?" देवकीनं उलट प्रश्न केला. अन् त्याच ओघात आपलं उत्तर दिलं, "झाडाच्याच टाका लगन..."

"काबा, बैलाच्या काबा-नाई टाकत ओ?"

"पुंज्यानं सांगितलं का झाडाच्या टाक मून! तू कोन्त्या टाकतं?"

"मी बैलाच्या टाकीन माय!" तिनं अभिमानानं मानेला हेलकावा देऊन आपला निर्णय जाहीर केला.

"कोन्त्याई टाकलं तरी सारखंच आये!" देवकीनं राजकारणातली आपली उदासीनता प्रकट केली, "झाड निवडून आलं काय आन् बैल आला काय, आपल्याले दोनी सारखेच!"

"नाईओ देवके!" तिसरीनं सत्त्याची कास धरली, "झाडाच्याच पेटीत टाकजो बिचारे! त्यानं आपल्याले खासरात बसवून नाही, आन्लं?"

"आन्लं मून काय झालं? थो का पाहात बस्ते का तिथं- आपून झाडाच्या टाकतो का, बैलाच्या टाकतो, मून?"

ह्यांपैकी काहीतरी, त्यांच्यापुढं आवेशात चालणाऱ्या तरुणाच्या कानी गेलं असावं. त्याची चाल मंदावली. त्यानं बायांचा जत्था जवळ येऊ दिला. मग एका म्हातारीला विचारलं, "काओ-आजी, कोन्या पेटीत टाकतं मत्त?"

ती बोलली नाही. देवकी घाबरून म्हणाली, "झाडाच्या, झाडाच्या."

"थेच मंतो. नाई त पाहा बरं!"

"नाईरे बाप्पा! मी म्हातारी बायको असी करन कायगा?"

मग पुंज्यानं विचारलं, "आन् तूओ, गिरजा?"

"मी टाकन बैलाच्या."

"काबाओ?"

"झाड काय जवारी सस्ती करते काय?"

"हो. करत नाई त?"

"मांगच्याई वक्ती तू हेच सांगत होता. कुठं झाली जवारी सस्ती?"

"अओ, पन थ्या वक्ती झाड आलंच कुठं निवडून?"

“मंग या वक्ती कसं येईन?”

“तुमी लोकाईनं मतं टाकले म्हन्जे येईन!”

“हो:! माह्या येक्टीखून याले बसलं!”

“होओ बिचारे!” तो पटवू लागला, “एकेक मत्त करूनच मानूस निवडून येत असतो!”

“काई नाई येतगीत!”

तो हताश झाला. काही तरी बोलावं म्हणून विचारलं, “मंग तू कुठं टाकशीन तुह्या मत्त?”

गिरजा आपली चतुराई खर्ची घालू लागली, “राज कोनाचं आये?”

“बैलाचं!” तो मुद्दाम म्हणाला.

“मंग, बैलालेच देईन मी आपलं मत्त!”

“गावात त मनत होती का झाडाले देईन मून!”

“मनलं मून काय झालं? पन आता नाई देत.”

“मंग, तसं छकड्यात बसाच्या आंधी काबा नाई बोल्ली?”

“बोलत होती.” ती सहजपणे म्हणाली, “पन माह्या घरचेच मने का आदूगर नोको सांगू मून!”

“अस्सं.” तो चिडेनं म्हणाला, “मंग जाता वक्ती आमच्या छकड्यात नोको बसून जाऊ-पाई जाय!”

गिरजा पेचात पडली. तशी ती विचारीही होती. थोडा मेंदू चालविल्यावर विचारलं, “तू छकड्यात बसवून आमाले नेऊन घालसीन आमच्या गावी?”

“त तुले काय वाटते, इथंच सोडून देऊ, मून?”

“घरचा बुवा त मने बाप्पा-का आनून नस्ते घालत मून!”

“तुह्या घरचा बुवा लय हुशार आये!” पुंज्या प्रथम उपरोधानं अन् नंतर सहज म्हणाला, “असं कसं करूओ आमी?”

“नेऊन घालशीन गावात?”

“हो!”

“त मंग टाकीन लेकाले झाडाच्या पेटीत!”

“पाय बरं! नाई त-”

तेवढ्यात शेषरावचं घरच आलं. त्याला वळावं लागलं. तो घराकडे नुसताच वळला नाही-डोक्यात निवडणुकीचं वारं भरून. निवडणूक-ह्या अक्षरांना खरोखरच फार मोठं महत्त्व असल्याचा त्याला आता शोध लागला. गेल्या पंधरवाड्यात त्याच्या गावात जी सभा संमेलनं होऊन गेलीत-

व्याख्यानं गाजून गेलीत, कधी नव्हे ते भोंगे ओरडून गेले, मोटारी येऊन गेल्यात-ह्या साऱ्यांना काहीतरी आकार निश्चित असल्याची त्याला जाणीव झाली. त्या सर्वांकडे आपण उगाचच तटस्थागत पाहिलंसं त्याला बोचू लागलं. आपणही ह्यांपैकी कशात तरी लुडबुडायला हवं होतं. महाराच्या करप्यासारखं. कलालाच्या दोडक्यासारखं. तेल्याच्या शंकरसारखं-इकडे तिकडे मिरवामिरव करायला हवी होती. म्हणजे कदाचित आपल्याही अंगावर नवा सदरा आला असता. कमरेला धोतर मिळालं असतं. आता जशा कुणाच्या डोक्यावर खादीच्या, कुणाच्या डोक्यावर तांबड्या, कुणाच्या हिरव्या गर्द टोप्या दिसतात, त्यातली एकादी टोपी आपल्याही डोक्यावर अभिमानानं शोभत राहिली असती. आपल्या मागं धावाधाव सुरू झाली असती. अर्धी अर्धी रात्र जाग्रणं आली असती. वाटेल त्या वेळी रेंग्या-छकडी जुंपून वाटेल तिथं ये-जा करायला मिळालं असतं. ह्या सर्वांत आपल्यालाही काही महत्त्वाचा वाटा हाताळता आला असता. बोट दाखवून उल्लेख करण्याइतकं महत्त्व प्राप्त झालं असतं. झाडवाल्या सखाराम देशमुखाशी किंवा त्याविरुद्ध उभ्या असलेल्या बैलवाल्या नामदेव पाटलाशी अथवा स्वतंत्र म्हणून उभ्या राहणाऱ्या गोविंदराव बाखड्याशी आपला घसोट्याचा संबंध आला असता. त्यामुळं डोहोर असून-पण मोठ्यांशी घसोटा असल्यानं गावात आपल्याला ज्यानं त्यानं, या बसा-केलं असतं, पण हे सारं आपण गमावून बसलो. उगाचच्या उदासीनतेनं आपण ह्या साऱ्यातून वगळल्या गेलो. आपल्या मागं काही कमी मतं नाहीत. मनात आणलं तर सर्व डोहोरपूरा आपण सांगू त्याल मतं देऊ शकतो. ह्या पुऱ्यात काही कमी मतं नाहीत. मोजली तर पन्नासावर भरतील. ह्यामुळं सहजच आपली वरवर होऊ शकली असती. पण आपण हे सारे खोऊन बसलो. नाही त्याला भाव येऊ दिला. वगैरेसारख्या विचारात सापडलेला शेषराव अतिशय उदास झाला.

शेषराव अंगणात आला. जोत्यावर आधीच बायकोनं पाण्याचं भरणं अन् दात घासायला गुलाचा डबा ठेवला होता. तिथं बसून तो दात घासू लागला.

दात घासता घासता त्याच्या डोक्यात विचार आला. अद्यापही वेळ गेली नाही. आता तर प्रत्यक्ष निवडणुकीचा दिवस उगवला. पुरत्या शंभर मतदारांचसुद्धा मतदान झालं नसेल. आपल्यास हवं ते मिळण्याची अजूनही आशा आहे. केव्हा नामदेव पाटील, सखाराम देशमुख किंवा गोविंदराव बाखडे आपल्या दारात अवतरतील याचा नेम नाही. त्यातला एखादा आपल्या घरी येईल किंवा दुसऱ्या कुणाकडून बोलावणे पाठवून आपल्याला घरी बोलावून

घेईल. मग आदरानं सतरंजीवर किंवा जाजमावर लोडाला टेकून बसवील. चहापान होईल. नंतर आडून आडपून विषय काढील. शेवटी मुद्याकडे येईल...

ह्या विचारानं शेषरावला आकाश ठेगणं वाटलं. आपण आजवर स्वत:हून अध्येमध्ये केलं नाही, ह्यातच आपला आब राखला गेला. असं त्यानं तात्पुरतं समाधान मानून घेतलं. त्या भरात नरड्यात हात घालून जीभ खरडू लागला.

तेवढ्यात त्याचं लक्ष रस्त्यातून घाईने ये-जा करणाऱ्या तरुणांकडे गेलं. ते नामदेव पाटलाच्या पार्टीचे होते. आपसात हातवारे करीत-करीत अन् काहीतरी महत्त्वाचं कुजबुजत चालले होते. ते आपल्याविषयी काही बोलतात की काय म्हणून शेषरावनं त्यांच्यावर कान आणि डोळे टवकारले. दृष्टीच्या टप्प्यात आल्यापासून निघून जाईस्तोवर तो बसल्या जोत्यावरून त्यांच्याकडे पाहू लागला. तिथं त्याची भयंकर निराशा झाली. त्याच्यासंबंधी बोलणे तर राहोच-पण दृष्टी टाकून बघण्याइतकंही तो महत्त्वाचा नाही, असं त्याला दिसून आलं. बोचलं. त्या भरात शेषरावनं त्या तरुणांना व नामदेव पाटलाला तोंडवळणीतल्या काही शिव्या हासडल्या. आता नामदेव पाटलाचं कुणी बोलवायला-विनवायला आलं तरी तो जाणार नव्हता! पाटील मातला असल्याचा त्यानं निर्णय घेऊन टाकला आणि गोविंद बाखड्याची व सखाराम देशमुखाची तो मनोमन वाट बघू लागला.

पंधराएक मिनिटं जागेवर बसून त्यानं वाट पाहिली. मग त्यालाच वाटलं की ह्या उमेदवारांपैकी कुणाला आपली गरज भासली असती तर आतापर्यंत त्यांनी एकदाही आपली विचारपूस केली नसती काय? की मी त्या तिघांच्या कधी दृष्टीस पडलो नाही. परवा तर बाखड्या अन् मी उमरावतीहून एकाच मोटारीत वापस आलो. त्यावेळी बोलला तो काही? नामदेवराव तर सकाळी शौचास जाताना मला नमस्कार करून गेला-बोलला ह्या बाबतीत शब्ददेखील? सखारामच्या वावरात माझी बायको रोज जात असते पऱ्हाट्या आणायला-मग दिला तिच्यापाशी निरोप? - की ह्या माणसांच्या संगतीत बसण्याची आपली पात्रता नाही? निवडणुकीत हे नाही चालत. तसं असतं तर महाराचा करप्या, दोडक्या हे कशाला अधेमध्ये लिवलिवले असते?

साऱ्यानं शेषराव अतिशय अस्वस्थ झाला. त्याच्या अस्वस्थतेत धावपळ करणारे, आपल्याच गुर्मीत व्यग्र भासणारे, छातीवर कुणी झाडाचं, कुणी बैलजोडीचं, कुणी कंदिलाचं निशाण लावून फिरणारे तरुण-त्यांचा उदंड उत्साह भरच घालत होता. शेषराव हरवलेल्या मनानं तिथनं उठला. घरात आला.

बायकोनं चहा दिला. पिताना तो निवला असल्याची त्याला जाणीव नव्हती. रिकामी कपबशी बायकोला देत म्हणाला, ''माही चिलम आन बरंओ!''

त्याच्या पुढ्यात चिलीम तंबाखू देताना ती म्हणाली, ''चालता काओ, मत्त टाकले?''

पहिल्यांदा त्यानं नुसतं रोखून पाहिलं. मग म्हणाला, ''तुले आल्तं कोणी बल्वाले?''

''बल्वाले त नाई आलं.''

''मंग कायले सती पडाले जात का तिथं? का खाचं ठेवलं आये तुह्या बापानं?''

शब्दागणिक शिव्या ऐकण्याची सवय असलेली शेषरावची बायको सहजपणे म्हणाली, ''काल आल्ता रायभान.''

''मंग, काय मने?''

''ह्या चिठ्ठ्या देल्ल्या!'' तिनं दोन कागद पुढं केले. ते छापील होते. एका बाजूनं मानेवर जू असलेलं बैलजोडीचं चित्र आणि दुसऱ्या बाजूनं मतं मागणारा मजकूर छापला होता. त्याखाली नाव, घर नंबर, वय अशी अक्षरं लिहिली होती व पुढं लिहायला जागा सोडली होती. सोडलेल्या जागेत शेषरावच्या घरातील सर्व मतदारांची नावं व वयं शाईनं लिहिली होती. ते कागद शेषरावनं नुसते उलटपालट करून न्याहाळले. शेवटी ते बायकोच्या अंगावर भिरकावीत म्हणाला, ''चाटते काय या कागदाले?''

''काबा?'' एवढ्या महत्त्वाचे कागद तुच्छतेनं फेकणाऱ्या नवऱ्याची तिला चीड आली. विचारलं, ''काबा, असे फेकताओ?''

''काबा कायची काबा?'' तो चिलिमीवर ताव मारताना म्हणाला, ''कोनी आलतं आपल्या घरी, बल्वाले?''

''नाई!''

''काबा?''

''रायभान मने का बल्वाची वाट नोका पाहू, मून.''

तो अधिक चिडून म्हणाला, ''मन्नार कसा नाई? आता थो मोठा गवरनेर झाला! मंग, कसा येईन आपल्या गरिबाकडे, बल्वाले?''

बायको ह्यातलं फारच थोडं समजली अन् तेही भलतंच. शेवटचं विचारून घेतलं, ''मंग, नाई जाचं मंता-मत्त टाकले!''

दोनेक तास लोटले. शेषरावकडे कुणी फिरकलं नाही. जी ती बाहेरगावच्या मतदारांसाठी धावपळ करीत होती. त्यांना बैलगाड्यांत बसवून

गावात आणीत होती. मतदान करवून घेत होती. नंतर काहींना ज्यांच्या त्यांच्या गावी नेऊनही सोडीत होती. काहींना पायी जाण्यास विनवीत होती. हेच सारं सुरू होतं. स्थानिक मतदारांकडे अद्याप कुण्याही पार्टीचं लक्ष गेलं नव्हतं. म्हणून शेषरावकडेही कुणी आलं-येत नव्हतं.

बसून बसून अन् विचार करून करून कंटाळलेल्या शेषरावच्या विचारांनी कड फेरला. आपल्याला योग्य मान मिळाल्याखेरीज मतदान करायचं नसलं,तरी निदान मतदान केंद्रावर जाऊन ते कसं होतं ते पाहण्यास हरकत नाही, अशा तडजोडीनं त्यानं घर सोडलं. शाळेच्या वाटेनं लागला.

शाळेच्या काही अंतरावर निरनिराळ्या उमेदवारांचे वेगवेगळे बूथ होते. त्याभोवती काही गावंढळ पोरं अन् पोरकट माणसे माशांसारखी घोंगावत होती. केंद्रात ये-जा करणाऱ्या मतदारांकडे कुतूहलान बघत होती. परतलेल्यांच्या बोटावरचा डाग बघत होती.

पाचसात मिनिटं तिथं उभं राहून शेषरावनं सारं पाहिलं. मग एकाएकी त्याला स्वत:च्या मोठेपणाची जाणीव झाली. ह्या घोळक्यात राहिल्यानं आपण आपलं महत्त्व गमावून बसूसं त्याला वाटलं नि त्या विचारासरशी तो तिथून वेगळा झाला. बाजूलाच बकाराम लोहाराची भट्टी पेटत होती. इथल्यापेक्षा बकारामजवळ बसण्यात आपला आब राखला जातो-ह्या विचारानं शेषराव भट्टीशी गेला. गावगाड्याच्या नात्यानं त्यांच्यात बोलचाल सुरू झाली. वस्तुत: शेषरावचं सारं ध्यान बूथवर होतं.

काही वेळानं बूथच्या दिशेनं गोविंदराव बाखड्या येताना दिसला. त्याला पाहताच शेषरावनं आपलं तोंड बकारामच्या भट्टीकडे केलं. कान मात्र बाखड्याकडे होते.

सूर्याभोवती फिरणाऱ्या अनेक ग्रहांसारखीच काही माणसं, बाखड्या-भोवती चालत होती. लाचारीनं उत्तरं देत होती. बोलत होती. आवेशात चालणारा गोविंदराव कोंडाळ्यातल्या महत्त्वाच्या तरुणास हुकमी आवाजात विचारीत होता, ''रीतपुरचे झाले?''

''जी-हो!''

''जसापुरचे?''

''जी!''

''भातकुलीचा जमाल पाटील, आला होता?''

''हो.''

''आन् शेगावचा ईस्राम देवगिरकार?''

''नाई.''

''काबारे?'' गोविंदरावनं काळजी व्यक्त केली, ''त्याले आनाले नवतं गेलं का कोनी?''

''मी गेलूतो.'' एक तरुण तडक उत्तरला, ''पन थो अडकला होता.''

''नाल्यात जाय मना!'' बाखड्यानं झटक्यासरशी देवगिरकाराचा पिच्छा सोडला. मग गावातल्या बाबतीत म्हणाला, ''जा, आता आपल्या गावातले मानसं आना!''

बोलता बोलता बाखड्याचं लक्ष लोहाराच्या भट्टीवर अन् लगेच भट्टीवरचं शेषराववर गेलं. हे जाणूनच शेषराव किंचितसा सावरून बसला. मुद्रेवर अभावितपणा आणला. तितक्यात बाखड्या तिथं टेकला. कमालीच्या मोकळ्या आवाजात म्हणाला, ''कागा, कसा बसला इथं?''

''उगीच.''

''असा उगीच बसून राह्यला त माह्यं कसं होईनगा?''

ही अनपेक्षित आपुलकी व प्रेमाची भाषा ऐकून शेषराव आनंदानं भारावून गेला. त्याला बोलणं सुचलं नाही. बाखड्या म्हणाला ''मंग, मले निवडून नाई आनत काय?''

''बाप्पा, असं कोन मंतेजी?''

''मंग कई त?'' गोविंदरावनं त्याच्या खांद्यावर थाप मारली. उठून उभा करीत विचारलं, ''चाहा गिया घेतला का, नाई?''

''जी-हो.''

''काय हो मंत लेका! चाल माह्यासंगं!''

आणि शेषरावच्या हातात हात घालून गोविंदराव चालायला लागला. दोन बोळकांडं ओलांडल्यावर गणपत गवळ्याचं घर आलं. त्याच्या ओसरीत एक तढव अंथरला होता. गाद्यांच्या गुंडाळ्या करून तयार केलेले लोड भिंतीशी लावले होते. त्यावर चादरी अंथरल्या होत्या. ह्या बिछायतीवर कित्येक जणं बसली होती. कुणी चहा ढोसत होतं. कुणी पानाचे बोकाणे भरत होतं. कुणी विड्या, कुणी पाशिंग तर कुणी चिलिमीवर ताव मारीत होतं. गोविंदरावचा आवाज ऐकून एका तरुणानं हातातील पेटती सिगारेट चुरगळली. त्याच्या छातीवर कंदिलाचं चित्र होतं. दुसऱ्या एका मध्यमवयीन गृहस्थानं गोविंदरावला नमस्कार केला. तसा तो बाजूला बसलेल्या आणखी दोघातिघांनी केला.

तिथंच एका कोपऱ्यात तीन दगडांची भली थोरली चूल पेटत होती.

तीवर एक कासंडी होती. कासंडीत चहा उकळत होता. कंदिलाचे चित्र लावलेला एक तरुण चहाचं वाटप करीत होता. आल्या गेल्याची सरबराई करीत होता.

शेषरावला धरून आणलेल्या गोविंदरावनं तिथं येताच त्याला थांबवलं. मग आजूबाजूस नजर फिरवली. नंतर शेषरावकडे बघून आपल्या हाताची मूठ वळवली. तिचा अंगठाच तेवढाच ताठ होता. तो तोंडाला लावला. विचारलं, ''तुले त हेच लागन, नाईगा?''

शेषरावचा आनंद स्वरात वितळला, ''याचीबी एवस्था केली कायजी?''

''मंग काय त?'' बाखड्या अशा स्वरात उत्तरला-जणू निकाल लागण्यापूर्वीच तो निवडून आला, ''सांग, मंग काय घेतं? शिशी का कपबशी?''

''शिशी असल्यावर आपल्याले कपबशीचं काय करा लागतेजी!''

तोच त्याच्या पाठीवर बाखड्याची थाप पडली.

दोघेही आत गेले. ती अंधारी खोली होती. दिवस असून कंदिलाचा वापर सुरू होता. खोलीत सतरंजी अंथरली होती. बाजूला गाद्यांचे लोड मांडले होते. दारूत भिजलेला एक जीव लोडाला रेलून, तोंडाचा आ करून पडला होता. बसण्यापूर्वी गोविंदरावनं त्याचं धोतर नीट केलं. मग कंदिलाची खूण छातीवर ठेवणाऱ्या पोराला खूण केली. तो दुसऱ्या खोलीत गेला. परतला तेव्हा त्याच्या हाती दोन बाटल्या होत्या. मिठाची पूड होती. गोविंदराव अन् शेषरावनं मिळून बाटल्या घशात रिचवल्या. वरून मिठाची पूड सोडली. शेषराव समाधानानं सिगारेट ओढू लागला. तृप्तीच्या स्वरात बाखड्यानं विचारलं, ''झालं ना?''

''जी-हो.'' ढेकर देत शेषराव म्हणाला.

''सांगू, आता आन्‌तं मले निवडून, का पाडतं?''

''अजी, असे कसे बोलताजी?''

''तुह्या घरात किती मत्त आये?''

''आठ ठाव.''

''थे आठई माह्या पेटीत पडले पायजे?''

''आठच?'' शेषरावला आपलं महत्त्व पटविण्याची संधी दुसरी कोणती असणार? तो म्हणाला, ''अओ, शंभर मत्त आनून टाकतो! तुमी काय समजता ह्या शेषराव डोहोराले? आ? समदा डोहोरपुरा तुमच्याच पेटीत घ्याना, नाई त मले मंजा! का? कसं मंतो, आं?''

बाखड्यानं पुन्हा एकदा शेषरावची पाठ थोपटली, ''तू निघालाबा एक! तरी मी मनो! का शेषराव मलेच मत्त देईन मून. बरं, जाय आता!''

''जाऊ?''

''हो.''

तो थोडा विचारात पडला.

''काऽगा, कायचा विचार करतं?''

''मी मनत होतो-का अर्धीक शिशी अन्खीन...''

''मत्त टाकून आल्यावर घेजो. अर्धीच काय, दोन घेऊन जाजो घरी. आता जास्त नोको घेऊ. मतदान केंद्रावर पोलिस आयेत. गावातही फिरतात!''

''अरे लेकू! थे मी भुल्लोच होतो. बरं जातो.''

शेषराव उठला. आठवण होऊन बाखड्यानं विचारलं, ''मत्त कोन्त्या पेटीत टाकशीन?''

''कोन्त्या?''

मग गोविंदानं एका पोराजवळचा कंदिलाचं चित्र असलेला कागद घेतला. त्यावरचा छाप नीट दाखवीत शेषरावला म्हणाला, ''पायजो. ह्या कंदील ज्या पेटीवर असन! थ्या पेटीत टाकजो समदी मत्त.''

''बरं-बरं. आलं ध्यानात.''

''पन हे पेटी कुठं आये, थे माईत आहे काय?''

''कुठं आये?''

''पहिल्यांदा तू ज्या खोलीत, जाशीन तिथं तीन पेट्या आये. अलीकडे झाडाची, पलीकडे बैलाची अन् त्या दोन्हीच्या मंधात कंदिलाची. आलं ध्यानात?''

''हो.''

''का पुना सांगू?''

''नाई.''

असा निरोप घेत घेत शेषराव बाहेर निघाला. तो ओसरी ओलांडत असताना कुणीतरी म्हणालं, ''पायजोगा, पडशीन नाई तर!''

तो उत्तरला, ''एवढ्याशानं पडाले गेलो कागा? मंग त खूप झाली मनाव् लेकू!''

मग तो डोहोरपुऱ्याच्या वाटेनं लागला. तेवढ्यात त्याला ओळखीचा चेहरा दिसला. शेषराव त्याला म्हणाला, ''कोन भीमा होय कायगा?''

''हो.''

''कुठी चाल्ला?''

''कातडं इकाले.''

''मंग होईन थे. आगूदर मत्त टाकाले चाल!''

''गेलतो.''

''मंग, टाकलं?''

''नाई.''

''काबारे?''

''मले मत्तच नाई मने सायेब!'' तो म्हणाला, ''ज्याचं वय एकवीस वर्षाच्या वर असंन, त्यालेच मत्त टाकता येते. लायन्याले नाई टाकता येत, मने.''

''अरेची!'' शेषराव विचारात पडला, ''मंग, असं कर. तुह्या बायकोले तरी धाडून दे-मत्त टाकाले!''

भीमा स्वत:शी हसला. मग म्हणाला, ''मामा, अज कारभार झोकात दिसते, नाई?''

''मंग, धाडतंना तुह्या बायकोले?''

''हो. जा-जा!''

मग तो घटकाभर डोहोरपुऱ्यात फिरला. कुणी येतो म्हटलं. कुणी टाकून आलोसं सांगितलं. एकूण शेषरावच्या सोबतीला त्याच्या घरचीच मतं राहिली. शेवटी तीच घेऊन तो पोलिंगवर गेला. त्यातल्या बायका स्त्रियांच्या रांगेत गेल्या. माणसं पुरुषांच्या.

मतं टाकून शेषराव परतला. त्या वेळी कंदिलाच्या बूथवर गोविंदा बाखड्या उभा होता. शेषरावला पाहून तो खूष झाला. त्या भरात विचारलं, ''काय, टाकलंना बरोबर!''

''जी-हो.''

''कोन्त्या पेटीत टाकलं?''

''तुमच्याच, अन्खी कोन्त्याजी?''

''अरे हो, माह्याच पन कोन्त्या''

''अड्याल्ल्या पेटीत?''

''काय मन्लं?'' गोविंदराव बाखड्या घाबरून विचारू लागला, ''अलीकडच्या?''

''नाईजी.'' शेषरावनं चूक सुधारण्याचा प्रयत्न केला, ''पड्याल्ल्या!''

बाखड्यानं कपाळावर हात मारला. आठवून पुन्हा शेषरावला विचारलं, "बरं, घरच्याईले तरी समजावून सांगितलं होतं का नाई?"

"अरेच्च्या, थेबी विसरलो. आत्ता सांगून येतो."

बाखड्या संतापानं म्हणत होता, "आता लवकर घरी जाय आन् निजून राह्य, बाहीर दिसला त पोलीस धरून नेतीन..."

◻◻

वै री ण

शिवरामच्या कोरड्या खोकण्यानं बाजूला झोपलेल्या गीताची साखरझोप चाळवली. तिनं तोंडावरील वाकळीचा पदर किंचित बाजूला सारला; वेळेचा अदमास घेतला. अपेक्षेपेक्षा बरंच उजाडल्याचं तिच्या लक्षात आलं. थकलेली हाडं अजूनही विश्रांतीचा मोह सोडीनात. पण ती गीतेची हाडं होती! काहीशा नाराजीनंच तिनं अंगावरील वाकळ बाजूला सारली. उठून बसल्यानंतर दिवसभराच्या कष्टांचा ढीग क्षणात तिच्या डोक्यात गोळा झाला. तिनं जांभई दिली. आळोखे-पिळोखे दिले. नेहमीप्रमाणं तिची धडपड सुरू झाली.

शिवरामच्या खाटेखालून राखाडीचं घमेलं काढलं. स्वत:च्या मदतीनं त्याला प्रातर्विधी करायला बसवलं. तोवर तिनं त्याची अंथरायची लक्तरं स्वच्छ केली. पांघरायची वाकळ झटकून काढली. घमेलं बाहेर नेऊन स्वच्छ केलं. त्यात राख भरून ते शिवरामच्या खाटेखाली सरकवलं. शिवरामला दात घासायला राखाडी दिली. लगेच चलू पेटवली. फणं पऱ्हाट्या जाळून पाणी तापवलं. एक तपेली भरून मुकाट्यानं शिवरामजवळ आणून ठेवली. मग काहीशा तुसडेपणानं म्हणाली, ''साबूदाना घेताया, का सोजी?''

''काय बी दे-'' शिवराम उद्विग्नपणे पुटपुटला.

गीतेनं कालच्या उरलेल्या साबूदाण्याची खीर केली, गुळामुळं चहासारखी दिसणारी ती खीर एका बशीत टाकून शिवरामला दिली.

आपल्या वाळलेल्या बोटांच्या पेरकंडानं तो बशीतली खीर बत्तिशीपर्यंत पोचवीत होता. पुढं नेण्याचं काम काळवंडलेली नोकदार जीभ करीत होती. शरीराच्या एकूण हालचालीवरून त्याच्या आतड्याचा आधाशीपणा दिसून येत होता.

एरवी हे पाहून गीता कळवळली असती. तिच्या पापण्या ओलावल्या असत्या, हृदयात कुठं तरी अनुकंपा हलली असती. पण आज ते झालं नाही. उलट तिच्या मनात संताप जागृत होत होता. शिवरामच्या बेइमानीची चीड येत होती. त्यातूनच हे मौन जन्माला आलं होतं.

काल काहीशा क्षुल्लक कारणावरून तो गीताशी तंडला होता. त्याचे शब्द गीतेला बोचले. तिला राहावलं नाही. आधीचीच ती सारीकडून गाजून-करपून गेली होती. या साऱ्याचा वचपा तिनं शिवरामवर काढला. त्यामुळं तीही जे वाटेल, सुचेल ते बोलली.

म्हणूनच आज ती शिवरामबद्दल निबर होती. - तिला त्याची दया येत नव्हती. उलट चीड, संताप अन् त्यातूनच हे मौन जन्माला आलं होतं. तरी ती कर्तव्य म्हणून सारं करीत होती. 'साबूदाना की सोजी?' हे विचारताना देखील तिनं गरजेपुरत्या शब्दांचा उपयोग केला होता.

शिवरामची बशी रिकामी झाल्याचं लक्षात येताच ती म्हणाली, "आनू?"

"न्हाई-" काहीशा तुटकपणे तो उत्तरला.

"न्हाई तर मरा-कुनास्नी सांगताया?" असं गीतेच्या ओठांत आलं- पण मोठ्या प्रयत्नानं तिनं ते गिळलं. संतापानं गरम झालेल्या मस्तकाला कष्टानं ताळ्यावर ठेवीत ती सैंपाकासाठी त्याच खुराडातल्या एका कोपऱ्यात टेकली. तिच्यामागच्या कामांची तिला आठवण होती. स्वत:चीही खूप होती. शिवाय लोकांच्या कामावर जायचं होतं.

तिनं घाईगर्दीनं सारी कामं हातावेगळी केली. गरज म्हणून दीड भाकरीची शिदोरी तयार ठेवली. शिवरामच्या खाटेजवळ आली.

त्याला चिलीम ओढण्यासाठी दिवसभर पुरेल इतका तमाखू खाटेशी असल्याची खात्री करून घेतली. बाजूलाच एक चिमणी पेटवून ठेवली. एका टोपल्याखाली गव्हाची सोजी अन् दूध नीट झाकून ठेवलं. जवळच पाण्याची बादली आणि तपेली भरून ठेवली. सारं झाल्यावर ती मघाच्याच तुसडेपणानं त्याला म्हणाली, "मी जातो वावरात... पाहा कुत्रंबित्रं येईल घरात!..."

"जातेस-" अर्धवट झोपेत असलेला शिवराम आता काहीशा आपुलकीनं म्हणाला.

"न्हाई तर?" म्हणूनच किंचित चढलेल्या स्वरात ती उत्तरली.

"माझं ऐकतीस काय..."

तिनं नुसतं त्याच्याकडे पाहिलं.

"आज नगं जाऊ म्हंतो-"

"मग काय माती खाणार-की इटा? - त्याबी न्हाई घराला!"

"तसं न्हाई म्हनत!" शिवराम कळवळ्यानं म्हणाला, "नगं असं बोलूस! कशापाई डिवचतीयास! आता लई दिवस न्हाई जगत मी! थोड्या दिसांची सोबत हाय... कशाला उलट बोलतीस?"

आठवड्यातून दोनदा तरी हे पुराण तिला ऐकावं लागत असे. आता त्याचा काहीच बरे-वाईटपणा तिला जाणवत नव्हता. हे नेहमीचंच रडगाणं होऊन बसलं होतं. त्यामुळं ती न डगमगता काहीशा कठोरपणेच म्हणाली, ''काई नवं न्हाई यात! मत्नी येल न्हाई, मी चालली!'' आणि आपली शिदोरी अन् एक मोठं चिंधूक काखोटीला मारून गीतानं शेताची वाट धरली.

गीता गेल्या सहा महिन्यांपासून त्याच्यासाठी आपल्या प्राणांची मेणबत्ती करीत होती. सकाळी उठून घरातली सारी कामं करणं, शिवरामची देखभाल करणं, त्याला काय हवं-नको याची सतत काळजी वाहणं, घरात नसलं तर उसणं-उधार आणून त्याच्या पोटात घालणं. मग स्वत:चं सैंपाक-जेवण आणि घरातील सर्व कामं तिलाच करावी लागे आणि याशिवाय महत्त्वाचं काम म्हणजे लोकांची मजुरी-मरेमरेतो कष्ट करणं, राबणं अन् मिळेल तेवढ्या पैशांत नवऱ्याचं अन् स्वत:चं सांभाळणं. हे सारं एखाद्या व्यवहारी पुरुषासारखं ती करीत होती. जीवनाच्या चरकातून पिचून निघत होती. यातून निष्पन्न काय होणार याचीही तिला जाणीव होती. कोणत्या तरी अभद्र दिवशी शिवराम तिला सोडून जाणार होता. ती जगात शेवटी एकटी पडणार होती-हेही तिला माहीत होतं-पण कर्तव्य म्हणून ती सारं करीत होती. पालथ्या घागरीवर पाणी ओतीत होती.

यामुळं आपल्याला कुणीतरी कुरवाळावं, प्रेमानं भावनेच्या ओलाव्यानं थंड करावं, धीर द्यावा-असं गीतेला वाटणं स्वाभाविक होतं. घरात दुसरं कुणी नसल्यानं हे काम खाटेवर पडल्यापडल्या शिवरामला करायला काही दिक्कत नव्हती. गीता घरी येताच आधी तिला शांत बसायला सांगायचं, इकडच्या तिकडच्या गप्पा मारायच्या, अवांतर चौकशी करायची अन् जर तिनं शिवरामच्या आजाराबद्दल काळजी दर्शविली तर तिला म्हणायचं, ''तू माझी काळजी करू नको! ईश्वरावर भरवसा ठेव! त्यानं मनात आणलं, तर अजूनही सर्व काही चांगलं होईल!''

हे सारं प्रथम प्रथम शिवराम करीतही होता; जेव्हा नुकताच खाटेवर पडला तेव्हा. पण आताशा त्याला हे जमत नव्हतं. स्वत:च्या प्राणाला मृत्यूचे वेध लागले असता तो दुसऱ्याच्या भावना कशा जपणार? म्हणूनच तो आताशा तिच्याभोवती अधिक चिडचिडायचा. कशावरून कुणास माहीत, काल त्यांची खूप बाचाबाची झाली होती. शिवरामनं थोडंस खुसपट काढलं होतं व जबाबदारी वाहून अहंकारी बनलेल्या गीतानं बेताल तोंड सोडलं होतं. रात्री तो तिच्याशी स्वत:हून बोलला नव्हता अन् तिला तर बोलणं शक्यच नव्हतं.

गीता शेताच्या रस्त्यानं तुरूतुरू चालत होती. नेहमीपेक्षा जरा उशीर झाल्यानं सोबत कुणी नव्हतं. ती एकटीच वाट कापीत होती. गाव संपत आलं. आजूबाजूला काही महारांची खुराडी होती. एकेक खुराडं मागं पडत होतं.

गीतेची पावलं अडखळली. बाजूच्या एका खुराडात कसला तरी कल्लोळ चालल्याचं तिला ऐकू आलं. ती मुद्दाम त्या खुराडाजवळ गेली.

खुराडाच्या समोर पाचसात बोडकी माणसं बसली होती. त्यांच्या मुद्रा उद्विग्न होत्या. जवळच काही बघेही उभे होते. बसलेल्यांपैकी एकजण तिरडी बांधीत होता. दुसरा जगरं पेटवीत होता. तिसऱ्यानं आतून पाण्याचं मडकं आणलं. एकजण आत रडणाऱ्या बायामुलांचं सांत्वन करीत होता, ''झालं ते झालं, आता रडून काय उपयोग! उगीच कल्लोळ करू नका!'' असं म्हणता त्याला गीतानं पाहिलं. कल्लोळ तसाच सुरू होता.

गीताच्या कोऱ्या मनावर एकाएकी शंकेचा डाग बसला. तिच्या आजारी नवऱ्याबाबतचे कल्पविकल्प तिला भेडसावू लागले. नाना शंकांचे विंचू डिवचू लागले. नाही-नाही ते आठवू लागलं. तिची चर्या एकाएकी गंभीर झाली. खिन्न झाली. शिवरामशी आपण काल भांडलो, अकारण बाचाबाची केली. येताना तो आपुलकीनं बोलण्याचा प्रयत्न करीत असताना आपण त्याला तोडून बोललो, फटकून वागलो...

ती एकाएकी अस्वस्थ झाली. आपण आज कामाला जायला नको होतं- असं तिला वाटलं. या अभद्र शंकेला घालविण्यासाठी तिनं जुन्या स्मृती चाळवल्या.

त्या वेळीही शिवरामनं तिला आपली प्रकृती जास्त असल्याचं सांगून घरी थांबवून ठेवलं होतं. ती सतत तीन दिवस ढाके पाडून घरी होती. पुन्हा तो पूर्ववत झाला. नंतरही एकदोनदा असं झाल्याचं आठवलं तिला. ईश्वरानं आपल्याला काही वाईट दाखविलं नाही, याचं गीताला समाधान वाटलं. मन निर्विकार करण्याचा प्रयत्न केला. आपल्या डोक्यात असे विचार येऊ नयेत, त्यांना थारा मिळूच नये असं तिला वाटलं. झुरळ झटकावं तसं तिनं विचारांना झटकून लावलं. त्यांनी पुन्हा तिच्यात घुसू नये म्हणून विठ्ठलाचा जप सुरू केला.

आता ती कापूस वेचत होती. एरवीसारखा तिनं आज कुणाला तमाखू मागितला नव्हता-की कोण कामावर आलं नाही, याची विचारपूस केली

नव्हती. ती आपल्याच विचारात गर्क होती. शरीर ठराविक काम करीत होतं. बोंडातून डोकावणारा कापूस कमरेला बांधलेल्या चिंधुकात जात होता. ते भरलं म्हणजे ठराविक ठिकाणी रिकामं होत होतं.

तसंच तिच्या मनाचं होत होतं. नकोसे वाटणारे विचार पुन्हा पुन्हा डोक्यात धुमाकूळ घालीत होते.

त्या दिवशी नेहमीप्रमाणं ती बापुजीच्याच शेतात निंदण्याला आली होती. सुमारे चारेक वाजण्याचा अंदाज असेल-तिला एकाएकी शिवरामची आठवण झाली... तो आपल्यातून नाहीसा झाला तर आपण एकाकी पडू. या अफाट जगात आपलं कुणीच उरणार नाही. मग जिव्हाळ्याचं कुणी राहणार नाही. माझ्या सुखदुःखाची चौकशीदेखील कुणी करणार नाही... या कल्पनेनं तिचं अंतःकरण गहिवरून आलं. बाभळीच्या ओंडक्याजवळ बसून ती स्फुंदली. जणू आपलं दुःखच त्या निर्जीव ओंडक्याला ती सांगत होती. शिवरामविषयी आज असं का वाटावं, हे तिला कळेना अन् तिचं मन तिला स्वस्थता लाभू देईना! त्यानं घराकडे ओढ घेतली.

गीतानं तडक घरचा रस्ता धरला. आपण घरी जात असल्याचं कुणाला सांगावं असंही तिला वाटलं नाही. ती अधीर झाली. केव्हा एकदा घरी जाते अन् डोळे भरून शिवरामला न्याहाळते-असं तिला होऊन गेलं.

ती घरी गेली. नुसतं लोटलेलं दार उघडलं. शिवराम नुकताच झोपल्याचं तिच्या लक्षात आलं. पाहून तिला समाधान वाटलं. एक क्षणदेखील समाधानात न जाता तिच्यावर दुःखाचा डोंगर कोसळला! ती जे दृश्य पाहत होती त्यानं एकाएकी तिचं अंतःकरण वितळलं. झोपलेल्या शिवरामच्या उघड्या तोंडात माशांचे पुंजके पाहून ती पुन्हा ढळढळा रडली. आभाळ कोसळल्यागत् तिला वाटलं. शिवरामच्या तोंडावरून हळूवारपणे थरथरणारे हात फिरवू लागली. त्याला कुरवाळूनच आपलं दुःख हलकं करीत होती ती.

गीतानं एकाएकी डोळ्याला पदर लावला. त्या पदरानं ती अश्रूंबरोबर दुःखही पुशीत होती-अन् ती लोचट आठवणही.

अर्ध्या एक तासानं ती आता राबत होती-त्या शेताच्या कडेनं उलटी वाजंत्री वाजत जात असल्याचं तिच्या ध्यानात आलं. वास्तविक हे काही विशेष नव्हतं. स्मशानाच्या रस्त्यावर असलेल्या शेतात हे दृश्य तिनं कितीतरी वेळा पाहिलं होतं-पण आज ती पुन्हा तिकडे गेली. कापूस वेचण्याचं सोडून

समोरून जाणारी प्रेतयात्रा ती सुन्न डोळ्यांनी पाहू लागली. तिचे डोळे आसवांनी चमकले.

मग तिच्या लक्षात आलं की, रस्त्याने येताना ज्या शवयात्रेची तयारी आपण पाहिली होती तीच ही होती. तीच माणसं होती-जी मघा खिन्न चर्येनं खुराडा-बाहेर बसली होती.

प्रेतयात्रा गेल्यानंतरही गीता कितीतरी वेळ तिथं ताठ उभी राहिली. तिच्या डोक्यात क्षुद्र स्मृतीच्या गांडुळांनी पुन्हा वळवळ सुरू केली. शिवरामनंच एकदा सांगितलेली गोष्ट तिला आठवली -

शिवरामची माय बऱ्याच दिवसांपासून आजारी होती. म्हातारी केव्हा मरेल याचा नेम नव्हता. दोन दोन दिवस तिला खाली टाकावं लागे. मग पुन्हा पूर्ववत झाली की खाटेवर उचलून ठेवावं लागे. बरेचदा असं झाल्यानं नेहमीची उठाठेव नको म्हणून तिला नेहमीकरिता खाली टाकलं. नातेवाइकांना पत्रं टाकली. सर्वजण आले. दोन-चार-पाच दिवस गेले-म्हातारी काही केल्या प्राण सोडीना! नातलग आपापल्या गावी गेले! म्हातारी जरी टवटवीत भासू लागली-शिवरामही बेफिकीर झाला. महिन्या दोन महिन्यात तरी म्हातारी मरत नसल्याची खात्री होऊन गेली. त्या वेळी शिवरामचं लग्न व्हायचं असल्यानं घरात दुसरं कुणी नव्हतं. त्याला कामावर जाणं भाग होतं. म्हातारीला एकटी घरात ठेवून तो कामावर जाऊ लागला. एकदा परतून आल्यावर पाहतो तो म्हातारी खलास! केव्हा प्राण गेला काही पत्ता नाही. नुसतं प्रेत घरात होतं.

गीतानं पुन्हा आपल्या पदरानं डोळे पुसले. आजच अशा विकल्पांनी बरबटलेले विचार आपल्या डोक्यात का यावेत, हेच तिला कळेना. दैवानं पुढं काही विपरीत तर नाहीना वाढून ठेवलं?

ती अस्वस्थ झाली. मेंदूला ताळ्यावर ठेवणं तिला आटोक्याबाहेरचं वाटलं. विचारांना बांध घालणं आवाक्यात नव्हतं. यामुळं कधी कधी तिला स्वतःचाही संताप येत होता. स्वतःलाच तिनं शिव्या हासडल्या! डोक्यातील मुरदाड विचारांची निरवानिरव केली. त्यांचं गाठोडं बांधून ते तिथंच कुण्यातरी कोपऱ्यात दाबून ठेवलं. मन धायधूय करून तिनं पुन्हा काम करण्याचा प्रयत्न केला. ती कापूस वेचू लागली.

दुपारचे दोन वाजण्याचा सुमार होता. नेहमीप्रमाणे पांधणीतून घोड-माची आल्याचा आवाज आला. घोड्यांच्या घुगरांवरून माची बापुजीची असल्याचं सर्व बायकांनी ओळखलं. धुऱ्याधुऱ्यानं चालून माची गायवाड्याकडे गेली.

आपल्या सवयीप्रमाणे बापुजींनी शेताच्या एका कोपऱ्यापासून दुसऱ्या कोपऱ्यापर्यंत फिरायला-निरखायला सुरुवात केली. चालत चालतच ते गीतेच्या ओळीपर्यंत आले. पुढच्या ओळींत बाया नसल्याचं त्यांच्या लक्षात आलं. इथून त्यांना पुन्हा मागं परतायचं होतं. परतण्यापूर्वी त्यांनी काही तरी आठवल्यागत केलं. मेंदूला ताण दिल्यावर त्यांना आठवलं. ते म्हणाले, ''कागं गीता, आज गंगा नाही आली?''

गीतेचं लक्ष बापुजींकडे नव्हतं. हे पाहून अलीकडच्या ओळीतील सीता खालच्या मानेनं म्हणाली, ''न्हाईजी.''

''का?''

आता गीताचं लक्षही त्यांच्या संवादाकडे गेलं. सीता सांगत होती, ''संपत बीमार हाय-म्हून नाई आली.''

''असं होय!'' बापुजींनी सीताला उत्तर दिलं आणि जराशानं जवळच उभ्या असलेल्या गीताशी काही बोलावं म्हणून ते म्हणाले, ''हं, कसं काय गीता, काय म्हणते शिवरामची तब्यत?''

''बरी हायजी!'' ती नेहमीसारखं बोलून गेली.

आणि तेही साहजिकच होतं. तिचं लक्ष बापुजींच्या बोलण्यावर होतं कुठं? सीतानं सहज बापुजींशी बोलताना ते गंगाच्या नवऱ्याकडे वळवलं होतं. तो आजारी असल्यानं गंगा कामावर आली नाही, हेच गीताला दिसत होतं. ती अस्वस्थ झाली. एखादा दिवस नुसत्या दुःखाच्याच आठवणी पिऊन यावा, याचा पहिल्यांदाच तिला अनुभव आला. तिला वाटलं गंगाचा नवरा नुसता दोन दिवसांपासून आजारी आहे - तोही नुसता तापानं - तर ती घरी आहे. आपला नवरा सहा महिन्यांपासून सतत आजाराशी झुंजत असून आपण कामावर आलो. येताना त्यानं आपल्याला थांबण्याचा आग्रह केला. आपण तुसडेपणानं बोललो-माणुसकी सोडून वागलो. एवढंच नाही, तर रात्री त्याला आपण आपल्याला वाटेल ते बोललो - उद्या काही झालं तर आपल्याला हे जन्मभर खटकत राहील -

गीता भयानं शहारून निघाली. त्याच्यासोबत मघाच्या कल्पना तिला पुन्हा डिवचू लागल्या. अभद्र कल्पनांच्या गिधाडांनी तिला बंबाळून टाकलं. तिच्याकडून राहवलं नाही - अशा कल्पना आपल्याला आजच का डिवचाव्यात? ...

गीतानं दोन्ही पंजांत तोंड झाकलं. तिला काय करावं, काहीच सुचेना.

शिवरामच्या सुरक्षिततेची, जिवंतपणाची खात्री पटेना. तिनं साठवलेला कापूस एकाएकी गायवाड्यात नेऊन टाकला अन् तडक घराचा रस्ता धरला.

शिवराम गाढ झोपेत असल्याचं जेव्हा तिच्या डोळ्यांनी मनसोक्त न्याहाळलं-त्याला सुखरूप असल्याचं डोळे भरून पाहिलं - त्याच्या झोपलेल्या शरीरावर आपला प्रेमळ हात हळूवारपणे फिरविला तेव्हाच तिचं मन सुखावलं. त्या सुखात ती काही क्षण स्वतःला विसरली.

□□